பேச்சியம்மாளின் சோளக்காட்டுப் பொம்மை

வீரசோழன் க.சோ.திருமாவளவன்

படைப்பு பதிப்பகம்
#8, மதுரை வீரன் நகர்
கூத்தப்பாக்கம்
கடலூர் - தமிழ்நாடு
607 002
☎94893 75575

நூல் பெயர்	:	பேச்சியம்மாளின் சோளக்காட்டுப் பொம்மை (கவிதைகள்)
ஆசிரியர்	:	வீரசோழன் க.சோ.திருமாவளவன்
பதிப்பு	:	முதற்பதிப்பு 2021
பக்கங்கள்	:	110
வடிவமைப்பு	:	முகம்மது புலவர் மீரான்
அட்டைப்படம்	:	ஹாசிப்கான்
உள் ஓவியம்	:	திண்டுக்கல் தமிழ்ப்பித்தன்
வெளியீட்டகம்	:	இலக்கிய படைப்பு குழுமம்
அச்சிடல்	:	படைப்பு மீடியா நெட்வொர்க்ஸ், சென்னை
வெளியீடு	:	படைப்பு பதிப்பகம்
பதிப்பாளர்	:	ஜின்னா அஸ்மி
விலை	:	ரூ 100

Title	:	Pechiyammalin Solakkaattu Bommai (Poems)
Author	:	Veeracholan K.S.Thirumavalavan
Edition	:	First Edition - 2021
Pages	:	110
Printed by	:	Padaippu Media Networks, Chennai
Publishing Agency	:	Ilakkiya Padaippu Kuzhumam
Published by	:	Padaippu Pathippagam
Website	:	www.padaippu.com
E-mail	:	admin@padaippu.com
ISBN	:	978-81-950764-8-2
Price	:	₹ 100

பதிப்புரை

ஜின்னா அஸ்மி, பதிப்பாளர்
படைப்பு குழுமம்

மௌனமாக இருப்பவர்களை ‘பொம்மை’ என்பர். எதுவும் பேசாமல் அமைதியாக இருக்கும் அதே பொம்மைகளிடம்தான் குழந்தைகள் அவ்வளவு பேசுகின்றன காரணம் குழந்தைகளுக்குத் தெரியும் பேசும் பாஷையை விட மௌனத்தின் மொழி சிறந்ததென! நேராக நிற்கும் மனிதர்கள் தள்ளாடிக் கொண்டே இருப்பதும், தள்ளாடிக் கொண்டே இருக்கும் தஞ்சாவூர் தலையாட்டி பொம்மைகள் கடைசியில் நேராகவே நிற்பதும்தான் பொம்மைகளின் தனித்துவம். அதிலும் அறிவிலும் அறிவியலிலும் சிறந்த பொம்மைகள் இவை. அதனால்தான் புவிஈர்ப்பு விசை செயல்பாட்டிற்கேற்ப செங்குத்தாக இயங்கும் வல்லமையைப் பெற்றிருக்கின்றன. காட்சிக்கலையாகும் பொம்மலாட்ட பொம்மைகளும் காவல் சிலையாகும் சோளக்காட்டுப் பொம்மைகளும், பேசி சாதிப்பதை விட பேசாமல் சாதிக்க முடியும் என சவால் விடும் பொம்மைகள். இப்படிப்பட்ட மௌனமாக இருக்கும் சொற்களை மாயம் செய்யும் எழுத்துகளாக மாற்றி இருப்பதே ‘பேச்சியம்மாளின் சோளக்காட்டுப் பொம்மை’ எனும் நூல். இதில் ஒவ்வொரு கவிதையும் எளிய நடையில் இருப்பதும் அது வாசிப்பவர்களின் மனதில் மௌனமாய் நுழைந்து மயக்கிச் செல்லும் என்பதும் இந்நூலின் மிகப்பெரும் பலம்.

தென்காசி மாவட்டம், சிவகிரி வட்டம், அருகன்குளம் எனும் கிராமத்தைப் பிறப்பிடமாகவும், சென்னையை வாழ்விடமாகவும் கொண்ட படைப்பாளி வீரசோழன் க.சோ.திருமாவளவன் அவர்களுக்கு இது முதல் நூல். இவர், இன்றைய இலக்கிய உலகிலும், பத்திரிகை மற்றும் இதழ்களிலும் தன் படைப்புகளால் நன்கு அறியப்பட்டவர். மொரீசியஸ் நாட்டின் துணைக் குடியரசுத் தலைவர் வையாபுரி பரமசிவம் பிள்ளை அவரிடமிருந்து தனது கவிதைக்காக முதல் பரிசு பெற்றுள்ளார். மேலும் படைப்பு குழுமத்தால் வழங்கப்படும் ‘மாதாந்திர சிறந்த படைப்பாளி’ என்ற அங்கீகாரத்தை கவிதைக்காகவும் கட்டுரைக்காகவும் இருமுறை பெற்றுள்ளார்.

எமது படைப்பு பதிப்பகத்தின் மூலமாகத் தனது நூலை வெளியிட முன்வந்த படைப்பாளி வீரசோழன் க.சோ.திருமாவளவன் அவர்களுக்கும், அணிந்துரை வழங்கிய கவிஞர் ச.தேவதாஸ் மற்றும் பத்திரிகையாளர் ப.திருமாவேலன் அவர்களுக்கும், வாழ்த்துரை வழங்கிய கவிஞர் ஆரூர் தமிழ்நாடன் அவர்களுக்கும், அட்டைப்படம் வடிவமைத்த ஓவியர் ஹாசிப்கான் அவர்களுக்கும், உள் ஓவியம் வடிவமைத்த திண்டுக்கல் தமிழ்ப்பித்தன் அவர்களுக்கும், நூல் வடிவமைத்த படைப்பாளி முகம்மது புலவர் மீரான் அவர்களுக்கும் மற்றும் இந்நூல் வெளிவர உதவிய அனைவருக்கும் படைப்பு குழுமம் தனது நன்றியைத் தெரிவித்துக் கொள்கிறது

வளர்வோம்...! வளர்ப்போம்..!!

இந்நூல் சமர்ப்பணம்

அன்பான இவ்வுலகத்தை எனக்குப் பரிசாக அளித்த என் தாய், தந்தை திரு.க.சோமசுந்தரம், கிராம நிர்வாக அதிகாரி (பணி நிறைவு) திருமதி.சோ.முத்துவேணி (எலுமிச்சை விவசாயி) அவர்களுக்கு இந்நூல் சமர்ப்பணம்.

பேச்சியம்மாளின் சோளக்காட்டுப் பொம்மை
வீரசோழன் க.சோ.திருமாவளவன்

நன்றிக்குரிய இதழ்கள்

ஆனந்த விகடன்
காமதேனு
இனிய உதயம்
பேசும் புதிய சக்தி
கதை சொல்லி
கல்வெட்டு
காற்று வெளி
வாசகசாலை
தமிழ் நெஞ்சம்

அணிந்துரை

வீரசோழன்.க.சோ.திருமாவளவனுக்கு இது முதல் கவிதைத் தொகுப்பு. முதல் எழுத்து எனும்போது புதுமையும் பொலிவும் இயல்பாகவே எழுந்து விடும். முதல் எழுத்திலிருந்து தான் அடுத்த அடிவைப்புக்கான நம்பிக்கையும் உற்சாகமும் உருக்கொள்ளும்.

வீரசோழன் கவிதைகளில், கதிர்களைக் காப்பாற்றிட, சோளக்காட்டுப் பொம்மையை நிறுத்துகிறாள் பேச்சியம்மாள் ஆச்சி. பின்னர் வைக்கோல் கூடாகி விடும் அப்பொம்மையில், காக்கை குருவிகள் புகலிடம் கொள்கின்றன. வாழ்வாதாரமாகிவிடும் எலுமிச்சை ஒளியூட்டி பிரகாசமாக்கியும் விடுகிறது. தாத்தாவும் பூனைகளும் கொள்ளும் இணக்கமும் நட்பும் இல்லத்தில் அமைதியைப் பரவச் செய்கின்றன. குடை தைப்பவர் மழையினையும் சேர்த்து தைத்து விடுவது எத்தகைய அதிசயம்!

சதுரங்க ஆட்டத்தில் யானைகள், குதிரைகள், படை வீரர்கள் சகிதம் ராஜாவும் ராணியும் முன்னேறி வருவதென ஆடும் அங்கம்மா ஆச்சியின் பாம்படம், அவளின் காதல் ரகசியத்தை அம்பலப்படுத்துவதாக உள்ளது. இன்னொரு புறம், பஞ்சுமிட்டாய்க்காரன்

'குழந்தைகள் கண்ணீரை
ஒத்தியெடுக்கிறான்
பஞ்சுகளில்
கண்ணீர் தெரிவதில்லை'

அதிகச் சிக்கல்கள் இல்லாத பால்யத்தை / கிராம வாழ்வை நினைவில் மீட்டி ஏக்கம் எழும்போதே, நிகழ்வை நடப்பு பீதிகொள்ள வைக்கிறது. ஆம், கொரோனோவின் பயங்கரம், ஞானமடைந்த புத்தரையும் உறைந்து போக வைக்கிறது. துயரத்தின் மூலகாரணம் ஆசை மட்டுமன்று, இன்னும் ஏதோ இருக்க வேண்டும் என சிந்திக்கச் செய்கிறது.

அம்மாவின் ஆனந்தம் எலுமிச்சைத் தோட்டமானால், தாத்தாவின் உலகம் பூனைகள்; உறவுக்காரப் பெண்ணை வசீகரிப்பது மருதாணி எனில், செம்மறிக்குட்டியை ஈர்ப்பது எருக்கம்பூ. அங்கம்மா ஆச்சிக்கு உயிர், பாம்படம்.

பேச்சியம்மாளின் சோளக்காட்டுப் பொம்மை

'சுதந்திரம் சொல் அல்ல
வேட்கையெனக் கற்றான் மனிதன்
கூண்டுக்கிளியிடம்'

என்றெழுதுகிறார் ஒரிடத்தில். கிளியும் சுதந்திரமும் தொடர்பான நகைச்சுவை ஒன்றுண்டு.

ஒரு வியாபாரி ஆப்பிரிக்காவிலிருந்து ஒரு கிளியை இங்கே கொண்டுவந்து கூண்டிலிட்டு வளர்ந்து வருகிறார். மீண்டும் ஆப்பிரிக்கா செல்லும்வேளையில், ''உனது ஜோடிக் கிளியிடம் ஏதேனும் தெரிவிக்க வேண்டுமா? என்று வினவுகையில், வேளைக்குச் சரியாகச் சாப்பிடுவதாகக் கூறிவிடுங்கள் என்கிறது. ஆப்பிரிக்கா சென்று சேரும் அவர், அங்குள்ள அதன் இணையிடம் இதனைத் தெரிவித்த மாத்திரத்தில், அது மூர்ச்சையடைந்து விழுகிறது. நாடு திரும்பிய அவர் தன் வளர்ப்புக் கிளியிடம் இதனைக் கூற, நினைவிழந்து போகிறது. இறந்துவிட்டதென எண்ணி, கூண்டுக்கு வெளியே போடுகிறார். உடனே மரக்கிளையில் பறந்தமரும் கிளி, நான் இறந்தது போல் பாவனை செய்தேன். ஆப்பிரிக்க கிளியும் பாவனையே செய்தது. விடுதலை பெற நாங்கள் செய்த தந்திரம் என்கிறது.

விடுதலை பெறுவதை நன்கறிந்துள்ளவர் கைதி அல்லது அடிமைதான். இவ்விடுதலை அரசியல் ரீதியிலானது மட்டுமன்று, சகல பந்தங்களிலிருந்தும்தான்.

இயற்கை அழகைப் போற்றி வந்தது போதாது; சமூகப் பிரச்சினைகளுக்குத் தீர்வு இருக்கிறது என்று முன்வைத்து வந்தது போதாது; கோட்பாடுகளைப் பேசி வந்ததோ தத்துவப்படுத்தியதோ போதாது. வாழ்வின் சகல அம்சங்களும் மாசற்ற வேளையில், தளைகளிலிருந்து விடுபட முடியாது தவிக்கும் தருணத்தில், ஒருவனது பதற்றமும், சீற்றமும் எப்படியெல்லாம் ஆவேசமுறும் என்பதுதான் இப்போது கவிஞனின் குவிமையம். ஹாருகி முரகாமி சொல்வதுபோல, ''முற்ற முழுக்க சாதாரணமாயுள்ள சொற்களுக்கு புதிய அர்த்தங்களையும், தொனிகளையும் அளிப்பதுதான் நமது பணி. இது எனக்கு உறுதிப்பாடளிக்கும் எண்ணமாக உள்ளது. பரந்துபட்டதும் அறியப்படாததுமான வெளிகள் இன்னும் நம் முன்னே நீண்டு கிடக்கின்றன, பண்படுத்திட வளமான பிரதேசங்கள் காத்துக் கிடக்கின்றன'' என்பதே இதன் பொருள். இன்றைய எழுத்து பயணிக்க வேண்டிய தூரமும் மேற்கொள்ள வேண்டிய பணியும் அவ்வளவு சவால்மிக்கது. அறிவியல் தளத்திலிருந்து அரசியல் தளம் வரையும் கணந்தோறும் சூழ்ச்சிகளும் அபாயங்களும் பெருகுகின்ற காலம் நம்முடையது. விழிப்புணர்வு எதிர்வினையாற்ற வேண்டும் சவாலைச் சந்தித்தாக வேண்டும்.

உனது இருப்பின் சூழலை விரியச்செய்
உனக்குள் ஆழ்ந்திறங்கியபடி

- ரூமி

இந்த உத்வேகத்திலான பயணத்தையும் பங்களிப்பையும் வீரசோழனிடமிருந்து எதிர்பார்க்கலாம்.

வாழ்த்துகளுடன்

சா.தேவதாஸ்
(சாகித்ய அகாடமி விருதாளர்)
ராசபாளையம்
22.01.2021

பேச்சியம்மாளின் சோளக்காட்டுப் பொம்மை
வீரசோழன் க.சோ.திருமாவளவன்

வெட்டுப்பட்ட பக்கங்களை எழுதிய விரல்கள்!

மனிதன் என்ற வேரிலிருந்துதான் கவிஞன் வளர்ந்து கிளைபரப்ப முடியும் என்கிறார் பிரமிள்.

வீரசோழன். திருமாவளவன், மனிதன் என்பது எனக்கு எப்போதோ தெரியும். அவன், கவிஞனும் என்பதை அவன் கொடுத்த காகிதம் உணர்த்தியது.

என் பெயர்க்காரன். ஊர்க்காரன். அவன் பிறக்கும் முன் அவன் அப்பாவை அறிவேன். 'அருவங்குளம் சோமு மகன்' என்று அறிமுகம் செய்தபோது, என் நினைப்பு எனது வாழவந்தாள்புரம் கிராமத்து பால்யத்தை நோக்கிப் போனது. அந்தக் காலத்தில் இருந்து அவரது குடும்பத்தை அறிவேன். மிக நீண்ட இடைவெளிக்குப் பிறகு, மிகப்பழைய அன்பை உணரும் போது மகிழ்ச்சியாக இருந்தது. அப்படி வந்து சேர்ந்த ஒருவன், கவிஞனாக இருந்தது இன்னும் மகிழ்ச்சியாக இருந்தது!

வீரசோழனே ஒரு கவிதை தான். அத்தகைய இயல்பை, இயல்பில் பெற்றுள்ளான். அதனால் தான் சோளம் கொறிக்க வரவிடாமல் நட்டு வைத்த பொம்மைச் சட்டைத் துணி, பறவைகளின் குடிலாக யாசிக்க/ யோசிக்க வைத்தது. சோளம் காத்தலை விட பறவைக் காத்தல் முக்கியம் என்கிறது மனசு. தளும்பாத குளத்துக்காக தளும்புகிறது மனம். பஞ்சுக் கண்ணீருக்காக வெம்புகிறது மனம். யானையைப் பெரிய பிள்ளையாகப் பார்க்கிறது மனம். பூனைகளைச் சுற்றியே அவன் மனசு அலைகிறது. தாத்தாக்களை அவனால் மறக்க முடியவில்லை. சில கவிதைகளில் புத்தனே அவனது தாத்தா ஆகிறான்.

சோளக்காட்டு பொம்மைகள் பகலில் அடையாளக் குறிகளாகவும், இரவில் அச்சக் குறியீடுகளாகவும் இருக்கும். சிறுவயதில் கிடைக்காக என் பெரியப்பா 'பெரிய' முத்துவாழி அவர்களோடு ஒரு இரவில் போனது இருட்டாக கொஞ்சம் நினைவில் இருக்கிறது. நான் அவர்களுக்கு பின்னால் நடக்கிறேன். டார்ச் லைட் இல்லை அப்போதெல்லாம். அவர்களது கண், வெள்ளை வெளிச்சத்தில் நடத்திக் கொண்டு போனார். பின்னால் நடந்து சென்ற நான், சுற்றிலும் பார்த்துப் பார்த்துச் செல்கிறேன். தூரமாக, எங்கோ ஒரு ஆள் நிற்பது தெரிகிறது. அது பேச்சியம்மாளாக இருக்கலாம், அல்லது மேலக்காட்டு புளியமரத்தில் இருந்து விழுந்து இறந்த பிரசாத்தாக இருக்கலாம். காக்கை, குருவிகளை பகலில்

பேச்சியம்மாளின் சோளக்காட்டுப் பொம்மை

விரட்டும் பொம்மைகள், இரவில் மனிதர்களை விரட்டிக் கொண்டு இருந்தன. பெரியப்பா, பேசிக் கொண்டே போனதால் பொம்மைகள் ஒன்றும் செய்யவில்லை.

ஆனாலும் ஒருநாள் மேல வீட்டில் படுத்திருந்தபோது, 'பிரசாத்' ஞாபம் வந்து நாங்கள் பலரும் அலற... தாத்தா ப.இரா.முத்தையா போட்ட சத்தத்தில் பொம்மைகள் உடைந்து நொறுங்கின. எனக்கு சோளக்காட்டு பொம்மைகள், பயத்தை உடைப்பதாக அன்று அமைந்தது. வீரசோழனுக்கு குடைவிரிப்பதாக இருக்கிறது. பொருள்முதல் வாதமும் கருத்து முதல்வாதமும் ஒன்று கலப்பது பல நேரங்களில் கவிதைகளிலாகவும் அமைந்து விடுகிறது.

''கலைஞன் எவ்வளவுக்கு எவ்வளவு தன் கருத்தை சூசகமாக வைத்திருக்கிறானோ அவ்வளவுக்கு அவ்வளவு அந்தப் படைப்பு உயர்ந்தது'' என்று சொன்னவர் 'கலை கலைக்காகவே' கோஷ்டியைச் சேர்ந்தவரல்ல. எங்கெல்ஸ் தான் இப்படிச் சொன்னார். வீரசோழன் கவிதைகள், கருத்தை சூசகமாகவே வைத்திருக்கின்றன.

'தொடர்வண்டியும் புத்தரும்' என்று ஒரு கவிதை:

தியானத்தின் உச்சத்தில்
போதிமர நிழலில்
படுத்தேயிருக்கிறான் புத்தன்.

நடந்து வந்த களைப்பில்
தூங்கிவிட்டவனுக்கு
நிழல் தந்து செதுக்குகிறான்
சிற்பி.

கிளைகள் காற்றில் அசைந்து
போதிமர இலைகள்
துளியைச் சிந்துகின்றன.

விழித்து சிறுநீர் கழித்த இரவில்
தொடர் வண்டி நிற்பதே இல்லை
கனவுகள் திடீரென
மறைந்தே விடும்.

அழிந்து போன கனவில்
மீண்டும் புத்தன் வரவேயில்லை.
செதுக்கியிருக்கும் புத்தனை
தீண்டுவதேயில்லை சிற்பி

பேச்சியம்மாளின் சோளக்காட்டுப் பொம்மை

இந்தக் கவிதையை எங்கெல்ஸ் படித்தால் கருத்து வேறு. பிரமிள் படித்தால் கருத்து வேறு. பிரபஞ்சன் படித்தால் கருத்து வேறு. யவனிகா படித்தால் கருத்து வேறு. ஸ்டாலின் ராஜாங்கம் படித்தால் கருத்து வேறு. ராஜபக்ஷே படித்தால் கருத்து வேறு. நான் படித்தால் கருத்து வேறு. வீரசோழன் எழுதிய கருத்து வேறு. உணர்தலில் இருக்கிறது சூட்சுமம்.

எங்கெல்ஸ் வார்த்தைக்கு அடுத்து ஒரு வரி எழுதலாம் என நினைக்கிறேன். கருத்து சூட்சுமமாக இருக்கலாம். ஆனால் கவிதைக்குள் காட்சி இருக்கவேண்டும். வீரசோழனின் பல கவிதைள் காட்சிகளாய் விரிகின்றன. ஒழுகிய குடைக்குள் மழையைத் தைத்துக் கொண்டு இருந்தார் தாத்தா. காலம் தேவதைகளை ஆக்ஸிஜன் ஆக்குகிறது. சாலைகளுக்கு ஓய்வே இருப்பது இல்லை. வானும் அண்ணாந்து பார்க்கிறது. பல கவிதைக்குள் இருந்து பூனைகளின் மியாவ் சத்தம் கேட்கிறது. ஊரில் இருந்து கிளம்பி வந்துவிட்டாலும், உடலை மட்டுமே சிலர் வெளியூருக்கு எடுத்துவருகிறார்கள். மற்றவை அனைத்தும் ஊரிலேயே விட்டுவிட்டு வருகிறார்கள். அப்படி ஒருவன் வீரசோழன். இதைத்தான் பல வரிகளில் பார்க்க முடிகிறது.

சதுரங்க ஆட்டத்தின்
வெட்டப்படாத பக்கங்களை
கட்டைவிரல்கள் பேசும்

- என்கிறது வீரசோழன் வரி. வெட்டுப்பட்ட பக்கங்களைத்தான் இவரது விரல்கள் கவிதை ஆக்கி இருக்கின்றன. மனசுக்குள் பாசியெனப்படிந்த படிமனங்களே இங்கு கவிதையாகின்றன. இவை ஒரு மனிதனின் கவிதைகள் என்பதில் மாற்றுக் கருத்து இல்லை! இதில் எனக்கு விருப்பமான வரி, உங்களுக்கு விருப்பமானதாக இல்லாமல் இருக்கலாம். உங்களுக்கு விருப்பமானது எனக்கு விருப்பமானதாக இல்லாமல் இருக்கலாம். ஆனால் வீரசோழனை விரும்பாதவர் இருக்க முடியாது.

தம்பி எழுது. கவிதை உனக்கு கட்டுப்படும்!

வாழ்த்துகள்!

ப.திருமாவேலன்

பேச்சியம்மாளின் சோளக்காட்டுப் பொம்மை

வாழ்த்துரை

கற்பனைக்கு எட்டாத கற்பனை

வீரசோழன் க.சோ.திருமாவளவன், இதயத்தால் வாழ்கிற இலக்கிய இளைஞர். அவர் முதன்முதலில் என்னைச் சந்திக்க ஒரு மாலைப் பொழுதில் வந்தபோது, மரத்தால் ஆன ஒரு புத்தர் சிலையுடன் வந்தார். அது அவரது அன்பையும் பண்பையும் என்னிடம் போதிக்கத் தொடங்கின. அந்த ஒரு சந்திப்பிலேயே எங்கள் உள்ளத்திலும் இல்லத்திலும் ஒருவராகிவிட்டார் திருமா.

அவர், அன்பின் பேராற்றலாகத் திகழ்கிறவர். சட்டம் படித்துவிட்டு நெடுஞ்சாலைத் துறையில் பயணிக்கும் இலக்கியப் பயணி. பிறர் துன்பம் களைவதில் கருணை மிகுந்த களப்போராளி. தன்னம்பிக்கை விதைக்கும் உரை விவசாயி என்பது, இவருக்கு இருக்கும் இன்னொரு அடையாளமாகும்.

கவிஞர் திருமா, படைப்பாளர்களின் காதலர். எவர் நூலை எழுதினாலும் அதைத் தனது தோள்களில் தாங்கி, படைப்பாளர்களுக்கு ஆக்ஸிஜன் தரும் அருளாளர்.

மாணவப் பருவத்திலேயே மணக்க மணக்க கவிதை முயன்றவர் திருமா. அதன் விளைவு, காலப் பேராற்றில் நீச்சலிட்டு, இன்று ‘பேச்சியம்மாளின் சோளக்காட்டுப் பொம்மை’யோடு கரை ஏறியிருக்கிறார். இந்தப் பொம்மை ஈரக்குரலில் அழகாய்ப் பேசுகிறது. இது உணர்ச்சி மிகுந்த உயிர்ப்பொம்மை. நம் இதயங்களை வைத்து அது விளையாட வருகிறது.

தன்னியல்பாய் அமையும் திருமாவின் தமிழில் இரக்கம் அதிகமாகவே சுரக்கிறது. ஈராயிரம் ஆண்டுகளுக்கு முன்னர் நிகழ்ந்த துயரத்துக்காகவும், இவரது விழிகளில் போதுமான கண்ணீர் இருப்பதைப் பார்க்க முடிகிறது.

‘இயேசுவின் கைகால்களை
அறைந்த ஆணி இரும்பின் சாபம்’

என்று உயர உயரங்களில் இருந்துகொண்டு இவரது கவிதை, கண்கலங்கும் சொற்களால், உணர்ச்சியற்ற இரும்புக்கே உணர்ச்சிமயமாய் சாபம் தருகிறது. அந்த அறக்கோபம் கூட அன்பின் எல்லையிலேயே கனல்கிறது. எவருக்கும் வலிதராமல் வலியை

பேச்சியம்மாளின் சோளக்காட்டுப் பொம்மை

உணர்த்தும் இந்தக் கோப வெளியீட்டில், கற்பனைக்கு எட்டாத கற்பனை திருமாவுக்கு வாய்த்திருப்பதைக் கண்டு மகிழ்கிறேன். இந்தப் படைப்பு மனம் பாராட்டுக்குரியது.

•

தான் பார்த்த, உணர்ந்த, தன்னைப் பாதித்த செய்திகளையே கவிதையாக்குகிறார் திருமா. அதனால், அவருக்குத் தொட்டில் கட்டிய கிராமியத்தின் அழகெல்லாம், அவரது கவிதையில் வண்டலாய்ப் படிவதைப் பார்க்க முடிகிறது. அதுவும் வண்ணமயமான வண்டல். இந்த நூலுக்குள் நுழைகிறவர்கள் கிராமியத்தின் சந்தனப் புழுதி படியாமல் வெளியே வர முடியாது.

சொற்களின் அணிவகுப்பு கூட சுவைமிகுந்த கவிதையாவது, இவரிடம் மட்டுமே சாத்தியம்.

'கரிசல் காட்டின் இளஞ்சூடு
கடந்து போன தென்றல் காற்று
பதியப்படாத இசைக்கருவி
பார்த்து பழகாத அழகான பரிசல்
இளவட்டக் கல்லில் ஒளிந்த புன்னகை.'

-என வாழ்க்கை பலவித அனுபவங்களுடன் கரைந்து கொண்டிருப்பதைச் சொல்லும் போதே, மோனை எழிலுடன் திருமாவின் மொழிநடை முறுவலிக்கிறது. இதில் 'இளவட்டக் கல்லில் ஒளிந்த புன்னகை' என்பதற்கே பல நூறு பக்கங்களில் பதவுரை எழுதலாம். ஏனெனில் அந்த இளவட்டக் கல்லில், காலகாலமாய் மலர்ந்த நம் முன்னத்திப் பெண்களின் உணர்ச்சிப் பூக்களை மனதால் ரசிக்க முடிகிறது. எண்ணற்றக் கதைகளைக் கொண்ட கல் அல்லவா அது?

•

இளவட்டக் கல்லில் இருந்தே பூக்களைப் பூத்துக் காட்டத் தெரிந்த திருமாவின் கவிதை மொழி, காதலை உணர்த்தும் போது, மயக்கத்தோடு மயக்கம் தருகிறது.

'கண்மாயெங்கும் நீ விதைத்த
முத்தங்கள்
அந்தி வேளையொன்றில்
செவ்வந்திப் பூக்களை ஈன்றது'

பேச்சியம்மாளின் சோளக்காட்டுப் பொம்மை
வீரசோழன் க.சோ.திருமாவளவன்

-என்று ஒவ்வொரு சொல்லையும் செவ்வந்தியாய்ப் பூத்துத் தரும் இந்தக் கவிதையின் நறுமணம், நம்மையும் நம் நேற்றைகளிடம் உரியபடி ஒப்படைத்துவிடுகிறது. அதுதான் இந்தக் கவிதையின் வெற்றி.

•

இந்தத் தொகுப்பு முழுதும், இது போன்ற கவிதைகள், கிராமிய மணம் கமழ மலர்ந்துள்ளன. அவை வெய்யிலையும் மழையையும், கண்மாய்க் கரைகளையும், வெள்ளந்தி மனிதர்களையும், அவர்களது வாழ்க்கையையும், அவர்களுக்கு உதவி செய்யும் அஃறிணை உயிர்களையும் ஆசைதீரக் கொண்டாடுகின்றன.

வாழ்வின் பெருங்கடலைக் குடித்துத் தீர்க்கும் தாகத்தோடு திருமா, தன்னையே இலக்கியமாய்ப் பெயர்த்துக் கொண்டிருக்கிறார். அதனால் அவரது கவிதைகள் அனுபவச் சுவையுடன் அமைந்திருக்கின்றன.

இலக்கியத்தில் தனித்தடம் பதித்துவரும் திருமாவை, ஆரத்தழுவி அன்போடு வாழ்த்துகிறேன். இதோ வந்துகொண்டிருக்கிறது இவருக்கான வசந்தகாலம்.

அன்புடன்,
ஆரூர் தமிழ்நாடன்,
24.1.2021

பேச்சியம்மாளின் சோளக்காட்டுப் பொம்மை
வீரசோழன் க.சோ.திருமாவளவன்

என்னுரை

ஒரு மழைக்காலத்தில் என் தந்தையால் எழுத உந்தப்பட்டு, மழலை மொழியில் கிறுக்கிக் கொண்டிருந்ததை மானுடத்தின் மீதான எழுத்தாக என்னை எழுத மாற்றியதன் விளைவு உங்கள் கைகளில் தவழும் இந்தக் கவிதைப் புத்தகம்.

இந்தக் கவிதைகள் அனைத்தும் நான் பார்த்து வளர்ந்த என் நிலப்பரப்பையும், வெயிலையும், கிராமத்து வெள்ளந்தி மனிதர்களையும் பேசும். பால்யங்களில் அலைந்து திரிந்த கரிசக்காடுகளும், பனைமரக்கூடுகளும், ஆற்று மணலும், குளமும், எனக்கு எழுத நினைவூட்டிக் கொண்டே இருந்தன. அவைகள் மூலமாகவே அவற்றின் ஆன்மா ஒவ்வொன்றையும் கண்டேன். ஒவ்வொன்றும் பிரமிக்கத்தக்க மொழியை எனக்கு அறிமுகம் செய்து என்னை எழுத வசப்படுத்தின.

கவிதைகள் எழுத ஆரம்பித்த எனக்கு அதன் மொழியையும், லாகவத்தையும் எனக்குள் விதைத்து, என்னை அழகு பார்த்தது பேராசான் ப.திருமாவேலன் அவர்களும், புதுக்கவிதை சொற்கோ ஐயா ஆரூர் தமிழ்நாடன் அவர்களும், வார்த்தைச் சித்தர் ஐயா மானா பாஸ்கரன் அவர்களும்தான். ஒவ்வொரு கவிதையும் இதழ்களில் வரும்போது, முதுகில் தட்டிக்கொடுத்து, பெரும் உற்சாகத்தை அவர்கள் எனக்கு அளித்தார்கள். அவர்களுக்கு என் ப்ரியங்கள்.

கவிதைப் புத்தகம் வெளியிட வேண்டுமென்று, ஐயா ஆருர் தமிழ்நாடன் அவர்களும் மற்றும் அம்மா கவிஞர் அமுதா தமிழ்நாடன் அவர்களும் நம்பிக்கை தந்து, அதற்காக நேரம் ஒதுக்கி கவிதைகளைச் செதுக்கி, சீர்படுத்தித் தந்தார்கள். நேரம் கிடைக்கும் போதெல்லாம் புத்தகம் கொண்டு வாங்க என வழக்கறிஞர் ஐயா வெ.ஜீவக்குமார் அவர்களும், எழுத்தாளர் எம்.எம்.தீன் சார் அவர்களும் உற்சாகக் குரல் தந்தார்கள். அவர்களுக்கு எனதன்பு.

ஒரு புத்தகம் உருவாகத் தேவையான அற்புதமான காரணிகளுள் ஒன்று நட்பு. அந்த அற்புதமான நட்பு எனக்கு வாய்த்ததாகவே கருதுகிறேன். புத்தகத்திற்குத் தேவையான ஆக்கங்களையும், கருத்துக்களையும் திறன் பட கொடுத்த தோழரும் எழுத்தாளருமான அ.கரீம், கவிஞர்கள் வலங்கைமான் நூர்தீன், ஷக்தி, தோழர் ஜீவலட்சுமி, அக்கா மணிமேகலை, ராஜதுரை, சந்திர குரு, செல்வகுமார், தங்கராஜ், ஷீபா ஐரீன், ராஜேஷ்வரன், செல்லத்துரை,

பேச்சியம்மாளின் சோளக்காட்டுப் பொம்மை

அண்ணன் முத்துவேல், சுந்தரேஸ்வரன், அம்மா பாகீரதி, ஐயா முரளிதுரை, தம்பிகள் கதிரவன், ஜெகந்நாதன், அக்கா கவிதா காளியப்பன் ஆகியோருக்கு என் நன்றிகள்.

மிகச் சிறப்பான முறையில் அணிந்துரை வழங்கிய சாகித்ய அகாடமி விருதாளர் ஐயா சா.தேவதாஸ் அவர்களுக்கும், வாழ்த்துரை வழங்கிய நக்கீரன் தலைமைத் துணையாசிரியர் ஐயா ஆரூர் தமிழ்நாடன் அவர்களுக்கும் எனது அன்பு கலந்த வணக்கங்கள்.

மிகுந்த பர பரப்பான சூழல்களுக்கிடையிலும், தனது பணிகளுக்கிடையிலும், என் கவிதைக்கு உரம் ஊட்டியும், புத்தகங்கள் தந்து எம்மைச் செதுக்கியும், வாழ்த்துரை தந்த எங்கள் ப்ரியமிகு எழுத்துலகப் பேராசான் ப.திருமாவேலன் அவர்களுக்கும், அண்ணியார் ரேணுகா திருமாவேலன் அவர்களுக்கும் இதயமார்ந்த நன்றியும் அன்பும்.

அட்டைப்படத்திற்கு அற்புதமாக ஓவியம் வரைந்து தந்த வீர விரலோன் ஹாசிப்கான் அவர்களுக்கும், கவிதைக்களுக்கான உள் ஓவியத்தையும், நிழற்பட ஓவியத்தையும் புன்னகை முறுவலால் இனிப்புத் தீட்டிய திண்டுக்கல் தமிழ்ப்பித்தன் அவர்களுக்கும் ப்ரியங்களும் மிக்க நன்றியும்.

ஒரு புத்தகம் உருவாக நிறைய மெனக்கெடலோடும், பொறுமையாகவும், ஆலோசனையும் தந்து பெரும் உற்சாக டானிக் தந்து, சிறப்பான முறையில் புத்தகம் வெளியிடும் படைப்பு குழும நிறுவனர் ஐயா ஜின்னா அஸ்மி அவர்களுக்கும், அவரோடு இணைந்து பணியாற்றும் அத்தனை தோழர்களுக்கும் இதயமார்ந்த நன்றியும் பேரன்பும்.

எனக்கு நல்ல நல்ல புத்தகத்தை அறிமுகம் செய்து எனக்கு வாங்கிக் கொடுக்கும் எனது தங்கைகள் க.சோ. இலக்கிய நிலா, க.பா. கனக சுந்தரவேணி இருவருக்கும் எனது பேரன்பு.

எப்போதும் உறுதுணையாய் இருக்கும் எனது மனைவி தி.துர்காதேவிக்கும், எனது பிள்ளைகள் சோ.தி.அசோகாவிற்கும், சோ.தி.இளவேனிலனுக்கும் எனதன்பு.

பேரன்புடன்.

வீரசோழன். க.சோ.திருமாவளவன்.

பேச்சியம்மாளின் சோளக்காட்டுப் பொம்மை
வீரசோழன் க.சோ.திருமாவளவன்

மழைப் பிரசங்கம்

அன்று மட்டும்
புத்தகங்களில் இருந்து
விடுதலை செய்து விட்டார்
கண்டிப்பான அப்பா.
எதை வேண்டுமானாலும்
எழுதெனச் சொல்லி
பால்யத்தைப் பரிசாக்கி
மழையினூடே மிட்டாயானார்
தாழ்வாரத்தில் பெய்த மழையை
தாள்களில் கிறுக்கிக்கொண்டிருந்தான் மகன்.

●

பேச்சியம்மாளின் சோளக்காட்டுப் பொம்மை
வீரசோழன் க.சோ.திருமாவளவன்

சிக்னல் கடவுள்

சிக்னலில் காத்திருக்கும்
ஒவ்வொரு வாகனத்தையும் தட்டி
பொருட்களைக் காண்பிக்கிறாள் அவள்.
இறங்க மறுத்தன
கண்ணாடியும் கருணையும்
பிள்ளைகள் சூழ் வாகனங்களுக்கு
கைகள் முளைத்து
பொருட்கள் வாங்கின
குழந்தைகளே சிக்னலிலும் கடவுளாக!

●

பேச்சியம்மாளின் சோளக்காட்டுப் பொம்மை
வீரசோழன் க.சோ.திருமாவளவன்

பேச்சியம்மாளின் சோளக்காட்டுப் பொம்மை

சோளக்காட்டுக்குள் காக்கை குருவிகளுக்காக
ஆச்சி பேச்சியம்மாள்
ஊன்றி வைத்தாள் நிலப்பொம்மை!

முதலில் வைக்கோல் தயார் செய்தாள்
பின் பானைக்கு வாயும் கண்களும் மீசையும் வரைந்தாள்.
தன் அண்ணன் கருப்பையா
சட்டையைப் போட்டுவிட்டாள்
உருவமானது சோளக்காட்டுப் பொம்மை.
காக்கைளும் குருவிகளும்
ஆள் நிற்பதாய்க் கண்டு
சோளம் கொறிக்க வருவதில்லை.

பின்னொரு மழைநாளில் அடித்த காற்றில்
ஆடைகள் பறக்க
மிஞ்சியிருந்த வைக்கோல் கூடு
குடிலானது.
வனாந்திரப் பறவைகள்
காக்கையோடு குருவியும்
தங்கி விட்டுச் செல்கின்றன.

●

ஆணிகள் இல்லா மரங்கள்

வீடுகளின் சுவர்கள்
பேசியபடியே இருக்கும்
துளைகளால் காது வளர்க்கும்
இறந்த காலங்களைத் தொங்கவிட்டு
வீடு முழுக்க ஞாபகம் பரப்பும்
குறுகியவைதான் ஆழமாய்ப் பதியும்
அடிக்கும் அடியில்
தன் இருப்பை நிலைப்படுத்தும்
இயேசுவின் கை கால்களை
அறைந்த ஆணி இரும்பின் சாபம்
மரச் சட்டங்களில் அடிக்கப்படும்போது
சிரிக்கும்
மரங்களில் அடிக்கப்படும்போது
அழும்.

ஒரு குளத்தின் கதை

வற்றாத குளத்தில்
எருமை மாடுகளோடும்
காலிற்கடியில் பாயும்
தவளைகளோடும்
காணாமல் போயின
தண்ணீரில் ஆடிய காலங்கள்.

இங்கு குளம் இருந்தது
இந்தக் காட்டுக்கு மயில் வரும்
இது கிணறு இருந்த இடம்
இங்கு ஒரு மரம் கிளை
விரித்திருந்ததென
சொல்லித் தருகிறோம்
குழந்தைகளுக்கு இப்போது.

வருஷம் முழுக்கத் தளும்பும் குளம்
அடுத்த ஆவணி வரைக்கும்
ஊருக்கே சோறு போட்ட கதையை
பாடப்புத்தகத்தில் படிக்கிறோம்.

வற்றாத குளம் பார்த்த நிமிடங்கள்
காலங்களில் மீனாகத் துள்ள
காதுக்குள் கேட்கின்றன
தவளைகளின் முணுமுணுப்பு

அயிரை கெண்டை கெளுத்தி
மீசை வைத்த கெளிறு
பெருத்த விரால் என
வைட்டமின் புதையல்களை
அள்ளித் தரும் குளத்து நீர்
இப்போதெல்லாம்
தளும்புவது நினைவில் மட்டுமே!

●

பேச்சியம்மாளின் சோளக்காட்டுப் பொம்மை
வீரசோழன் க.சோ.திருமாவளவன்

வாய் பேசிடும் புல்லாங்குழல்

ஆமாம் ஊதுகுழல்கள்
ஓட்டை நிரம்பியதுதான்
இசை தானாகவே வந்துவிடாது.

மேய்ப்பனைப் போல
நல்லதொரு வாயசைவுகளாலே
இசை உயிர் பெருக்குகிறது.

காற்றில் அலையும்
மகரந்தங்களைப்போல
ஏதோவொரு இடத்தில் விளைந்திடாது
செதுக்கும் உயிரசைவுகளில்
ஒட்டியே நாதங்கள் பிறக்கும்.

பேருந்து நிறுத்தங்கள்
தொடர் வண்டிகள் என
ஒவ்வொரு இடத்திலும்
காற்றின் அலைவரிசையில்
கலந்தே ஒலிக்கும்.

பார்வையற்ற மனிதர்களின் குரல்கள்
பரிதாப வாழ்வை ஞாபகம் செய்யும்
அவர்களின் கைகளை
தொடர் சங்கிலியாய்ப் பிடித்திருப்பதுபோல்
கானங்களும் பூத்தேயிருக்கும்.

வாய் பேசிடும் புல்லாங்குழல்கள்
தள்ளி வைக்கின்றன.
சில கவலைகளை!

பேச்சியம்மாளின் சோளக்காட்டுப் பொம்மை
வீரசோழன் க.சோ.திருமாவளவன்

வெண்டைக்காயை எழுதும் விரல்

பள்ளிக்கூட்டிலிருந்து சிறகு விரித்து
இல்லம் அடையும் பொழுதொன்றில்
அரிவாள்மனையோடு அம்மா
பேசிக்கொண்டிருக்க
அரிந்த வெண்டைக்காயில்
நெற்றிச் சுட்டி செய்து
அணிந்துகொண்டிருந்தாள் தங்கை.

ஞாபக சக்தியைப் பெருக்குமென
வாய்க்கால் வரப்புகளில் இருந்து
அப்பா பறித்து வரும்
வெண்டைக்காய் ஒடியும் சத்தத்தை
ரூபக தாளத்துடன்
பொருத்திப் பார்க்கிறது மனம்.

பிஞ்சு வெண்டைக்காய்களுக்கு
'தங்கையின் விரல்' என்கிற பெயரை
சூட்டி மகிழ்வது
வெண்டைக்காய்களுக்கு
தெரியவா போகிறது?

●

பேச்சியம்மாளின் சோளக்காட்டுப் பொம்மை
வீரசோழன் க.சோ.திருமாவளவன்

வெளிச்சம் பரப்பும் நியான்!

நியான் விளக்கு
சிந்தும் ஒளியில்
கவிழ்ந்து கிடக்கும்
கண்ணாடிக் குடுவையில்
நீங்கள் பார்த்திராத
தனியொருத்தியின்
சமையலறை குறிப்புகள்
பொறிக்கப்பட்டிருக்கலாம்

மின்னிழையின் தொடர்பாய்
பட்டுக் கொண்டிருக்கும்
அதன் நீள அகலங்களை
சமையலறை குறிப்பெடுக்கலாம்

ஒருவேளை பாத்திரங்களின்
சப்தம் கேட்ட கணங்களை
மீட்டர் மீட்டராய் அளவெடுத்திருக்கலாம்
நியான் விளக்கு

சமையலும் நான்கு சுவரும்
அவளுக்கு கதியென்பது
அவளுடன் கண் விழித்திருக்கும்
நியான் விளக்குகளுக்குத் தெரிந்திருக்கிறது.

●

பேச்சியம்மாளின் சோளக்காட்டுப் பொம்மை
வீரசோழன் க.சோ.திருமாவளவன்

பஞ்சுமிட்டாய்க்காரனின் ஈரம்

கடலலைகள் முத்தமிடத் துடிக்கும்
கரையெங்கும் வெயில் வாசம்
ஒரு ரூபாயிலும் இரண்டு ரூபாயிலும்
கரையும் நிமிடங்கள்
நாணயங்கள் சேகரிக்கும்.

தோள்களில் ஆடும் பஞ்சுமிட்டாய்கள்
சாளரங்கள் கேட்பதில்லை
பெரும் சுமையென வருபவனிடம்
காற்று பேரம் பேசுவதில்லை.

குழந்தைகளின் நா அறிந்தவனோடு
தூண்டில் பஞ்சுமிட்டாய்கள்
இரையாய்ப் பேசுவதில்லை
இரைப்பையாய்ப் பேசும்.

பீலிபெய் சாக்காடு
வாழ்வைச் சுமப்பதில்லை
வறுமையைச் சுமக்கிறது
அரை சாண் வயிறு

குழந்தைகள் கண்ணீரை
ஒத்தியெடுக்கிறான்
பஞ்சுகளில்
கண்ணீர் தெரிவதில்லை.

●

<u>பேச்சியம்மாளின் சோளக்காட்டுப் பொம்மை</u>
வீரசோழன் க.சோ.திருமாவளவன்

மழையைத் தைக்கும் தாத்தா

மண் வீட்டு வாசலில்
அண்டாவில் மழை நீரை
சேமித்த தாத்தா
கோணிப்பையால் போர்த்தி
நான் நனையாமல்
பார்த்துக் கொண்டார்.

ஒழுகும் கூரைக்குக் கீழே
குண்டான் வைத்தவர்
வெளியே போகும் என் தலையில்
நீலக்கலர் ஜவ்வுத் தாளில்
தொப்பி செய்து தந்தார்.

தங்கையின் வால்த்தனத்தில்
முறிந்த குடையை
தாத்தா சீர்செய்தாலும்
நின்ற பாடில்லை மழை.
ஒழுகிய குடையினுள்
மழையை தைத்துக் கொண்டிருந்தார்..

கான்கிரீட் வீட்டில்
பால்கனியில் நீர் விழுந்து
தொட்டியில் சேகரமாகி
அழகாய்ப் பூத்து வளர்கிறது ரோஜா.

பேச்சியம்மாளின் சோளக்காட்டுப் பொம்மை
வீரசோழன் க.சோ.திருமாவளவன்

சதுரங்க ஆட்டம்

எல்லாக் கட்டங்களும்
ஏதேதோ பேசிக்கொண்டிருக்க
ஒவ்வொரு கட்டமாக
தாண்டி வந்தன சிப்பாய்ப் படைகள்
குதிரைகளோ வேகமெடுத்து வர
யானைகள் நேர் முகமாக நிமிர
ராணியும் ராஜாவும்
தன் படைகளை அனுப்பி பாதுகாப்பாக
அரண் மேல் அரணாக அமர்ந்திருக்க
ஒவ்வொரு துன்பத்தையும்
உடைத்தெறிந்து புறப்படுகிறது
அங்கம்மா ஆச்சியின்
வெற்றிலை உரலில் இடிபட்டு
ராணியாய் வாழ்ந்த ஆச்சியின்
காதில் ரகசியம் பேசிய
பாம்படம்.

பேச்சியம்மாளின் சோளக்காட்டுப் பொம்மை
வீரசோழன் க.சோ.திருமாவளவன்

சரித்திரத்தின் மத்தியான குறிப்புகள்

வலசை செல்லும் தடங்களை
புத்தகக் குறிப்புகள் எழுதிக் கொண்டன
எச்சமிடும் மிச்சத்தினை
சேகரித்துக் கொண்டது பூமி

காய்ந்த கிளை வைத்து
வீடு செய்ததை
குறிப்பெடுத்தார்கள் மழலைகள்

நீரில் சாகசம் செய்யும் மீன்கள்
காற்றில் சாகசம் செய்யும் சுவாசம்
இரண்டையும் படித்தன
மானுட உயிர்கள்.

ஒற்றுமைப் பறையை
உலகுக்குச் சொன்னதை
ஒய்யாரக் கிழவன்
பாடமாய் எழுதினான் சந்ததிக்கு.

சுதந்திரம் சொல் அல்ல
வேட்கையெனக் கற்றான் மனிதன்
கூண்டுக்கிளியிடம்.

முற்றத்துத் தமிழை
மொழி பெயர்த்தது சரித்திரம்
எல்லாவற்றையும்
நொடியில் அழித்தது
வலசை செல்லும் பறவை!

●

பேச்சியம்மாளின் சோளக்காட்டுப் பொம்மை
வீரசோழன் க.சோ.திருமாவளவன்

கரைந்து கொண்டிருக்கும் வாழ்வு

கரிசல் காட்டின் இளஞ்சூடு
கடந்துபோன தென்றல் காற்று
மீட்டப்படாத இசைக்கருவி
பார்த்துப் பழகாத பரிசல்
இளவட்டக்கல்லில் ஒளிந்த புன்னகை
தண்ணீர்க்குடம் தாங்குபவள்
பள்ளியின் மேசைப்பெயர்கள்
பரிசு வாங்கிய தட்டுகள்
எழுதப்படாத புனைப்பெயர்கள்
தாவணிக் கிறுக்கல்கள்
சைக்கிள் சக்கர அதிகாரங்கள்
யூனிபார்ம் டிரெஸ்ஸின் மூக்குத்திகள்
எலந்தப் பழ சுவையூறிய இதழ்கள்
ஜியாமெட்ரி பாக்ஸின் சேமிப்புகள்
காலத்தைச் சேமித்த தபால் டவுசர்கள்
நீருக்கடியில் உருளும் கூழாங்கல்லாய்
கரைந்து கொண்டிருக்கிறது மிச்ச வாழ்வு!

●

பேச்சியம்மாளின் சோளக்காட்டுப் பொம்மை
வீரசோழன் க.சோ.திருமாவளவன்

வெயில் ஊர்வலங்கள்

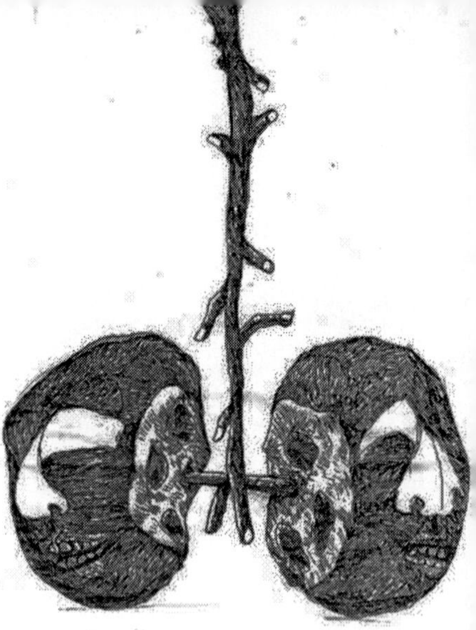

வெயிலடிச்ச காலம்
கரக்காடும் செவக்காடும்
கொதிக்கும்

ஊருப்பிள்ளைங்க
வெயிலிலும் விளையாடும்.
எருமையோடும் உயிரான மீனோடும்
டவுசர் சகதியோடும்
மண் வாசம் மலர்ந்திருக்கும்.

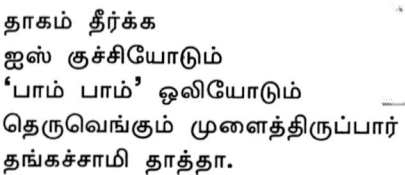

தாகம் தீர்க்க
ஐஸ் குச்சியோடும்
'பாம் பாம்' ஒலியோடும்
தெருவெங்கும் முளைத்திருப்பார்
தங்கச்சாமி தாத்தா.

வாரங்காலில் பல்லாங்குழியையும்
தெருவில் நொண்டியையும்
ஆடியே இரவெல்லாம் புலம்பிச் சிரிக்கும்
குழந்தைகள் வெள்ளந்திகள்.

பனைமரத்து நுங்குகள்
எப்போதும் ஏங்கியே
சரிந்திருக்கும்.

கரக்காட்டில் பூத்த கம்பும்
புதுக்கிணறில் பூத்த சோளமும்
நகரத்துச் சாலைகளில்
இருபது ரூபாய்க்கு குடிக்கும் போது
மந்தையில் அடித்த வெயில்
மண்டைக்குள் இறங்குகிறது
இதயப் பலூன்களின் இசை.

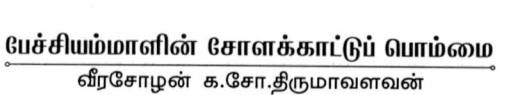

பேச்சியம்மாளின் சோளக்காட்டுப் பொம்மை
வீரசோழன் க.சோ.திருமாவளவன்

பால்யங்கள் சுமந்த கொட்டகை

மாலையில் பவுடர் பூசி
இரண்டு மைல் நடந்து
அப்பா அம்மாவோடு
பாலமுருகன் திரையரங்கத்தில்
பார்த்த 'பாகப்பிரிவினை'யை
இப்பவும் மனசு பாகம் பாகமாய்
ஓட்டிப் பார்க்கும்.

ஒரு மதியக் காட்சியின்போது
வால்டர் வெற்றிவேல்
ஐந்து ரூபாய் டிக்கெட்டில்
மனசில் நிரம்பினார்.

வகுப்பு ஆசிரியரின் கல்யாணத்தன்று
தியேட்டருக்குள் நுழைந்த
மொத்த வகுப்பறைக்கும்
'அட கண்ணடிச்சா காதல் வரும்
சொல்றேங்க ' எனப் பாடமெடுத்தார்
பாட்ஷா ரஜினி.

இப்போது ஊருக்குப் போனால்
என் பால்யத்தைச் சுமந்த
பாழடைந்த செங்கல் உதிர்ந்த
பாலமுருகனிடமிருந்து
எனக்கு மட்டும் கேட்கிறது
'சோடா கலர் டீ முறுக்கே'

இலந்தைப்பழக் காதல்

கண்மாயெங்கும் நீ விதைத்த
முத்தங்கள்
அந்திவேளையொன்றில்
செவ்வந்திப்பூக்களை ஈன்றது.

ஆலமரத்து ஐயனார் மீசையைப் பிடித்து
குதிரையோட்டும் உன்னை
மழிக்கப்பட்ட என்னிளமை பரிகசிக்கும்.

நீ கொடுத்துச் சென்ற
இலந்தைப் பழ வாசமடிக்கும்
என் கைகளில் தேவதைகள் வாழ்ந்தார்கள்.

இன்றும்
'மச்சான்'... என்றழைக்கும்
உன் குரல் சொட்டிக்கிடக்கும்
கரிசக்காட்டில்
என்னை நான் காணாமலடிக்கிறேன்.

●

பேச்சியம்மாளின் சோளக்காட்டுப் பொம்மை
வீரசோழன் க.சோ.திருமாவளவன்

ஆக்சிஜன் தேவதைகள்

படர்கிறது உனக்காகவே
பொழுதும் பனியும்

இருள் துடைத்து ஒளியாக
உனது ஊஞ்சல்
சிறு கொலுசொலியில்.

உச்சு கொட்டிப் பார்க்கிறது
ஒரு கிளையும்
அதிலமர்ந்த பறவையும்.

ஆனாலும் அதிசயமாகிவிடுகிறது
நூலென அமர்ந்திருக்கும் வாழ்வு

காலம்
தேவதைகளை
ஆக்ஸிஜனாக்குகிறது.

●

பேச்சியம்மாளின் சோளக்காட்டுப் பொம்மை
வீரசோழன் க.சோ.திருமாவளவன்

உப்புக்கரிக்கும் பயங்கரங்கள்

ஒளியை மறைத்து
இருளைத் தரும்
ராத்திரிகள் பயங்கரமானவை.

பறவைக் கூட்டின்
பரிதவிப்பில் இரைகள்
எப்போதும் இருப்பதில்லை.

சேமிப்பில்
எறும்பின் சுறு சுறுப்பு அல்ல.
எச்சம் தரும்
மிச்சம் தனில் ஆரண்யமே தரும்.

பாடல்களின் ரீங்காரம்
இரவுகளை எழுதலாம்.
துன்பத்தை மறக்க
இன்பத்தை எழுதுகிறது
ராத்திரி.

சாலைகளுக்கு ஓய்வே
இருப்பதே இல்லை.
சக்கரங்கள் வேகத்தில்
நிலையாமையைப் பதிவு
செய்திருக்கும்.

பேச்சியம்மாளின் சோளக்காட்டுப் பொம்மை
வீரசோழன் க.சோ.திருமாவளவன்

ஆம்புலன்ஸ் இப்போதெல்லாம்
நெடுஞ்சாலைகளில் ஒலிக்கத்
தவறுவதே இல்லை.
எங்காவது சிவப்பு ஒலி சிந்த
பார்த்தால் மனம் சிந்தனையை
ஒதுக்கி விடுகிறது.

ராத்திரிகள் பயங்கரமானவை
சாலைகளின் குறுக்கே பயணிக்கும்
வனாந்திர விலங்குகள்
உயிரைப் பணயம் வைக்கின்றன.

இரவுகளின் பக்கங்கள்
இசையால் பூக்கலாம்
துன்பத்தைத் தீர்க்க
ராத்திரிகள் கண்ணீரால்
கழுவுகின்றன.
மழை மட்டுமல்ல
இரவுகளிலும் அழுதால்
கண்ணீரில் வெளிச்சம் பரவுவதில்லை.

●

பேச்சியம்மாளின் சோளக்காட்டுப் பொம்மை
வீரசோழன் க.சோ.திருமாவளவன்

வாழ்வின் மிச்சங்கள்

வெய்யில் தாழ்ந்த பூமிப்பொழுதின்
பறவைகள் அடையும் கூடுகளில்
ஒளிந்திருக்கிறது காலத்தின் எச்சம்.

கிராமம் துறந்து நகரமடைந்து
இயந்திர வாழ்வை
கணினியில் ஏற்றுகிறது
காலத்தின் துருப்பிடித்த கைகள்.

வறண்ட பூமியெங்கும்
விளம்பரப் பதாகைகள்
விளைச்சலில்லா பூமியில்
விலைபோகிறது நிலம்.

அலுவலக குளிர் அறையில்
அடிக்கடி படபடத்து அடங்கும்
பழைய நினைவுகளை
ஒரு கை அள்ளி பருகும் உள்நெஞ்சு.

●

பேச்சியம்மாளின் சோளக்காட்டுப் பொம்மை
வீரசோழன் க.சோ.திருமாவளவன்

தினங்களின் மாலைப் பிரசங்கம்

பத்து மணிச் சூரியன்
கதவிடுக்கின் வழியே
எட்டிப் பார்க்கும்போதும்
எழ மனமில்லாத உடலை
போர்வை இறுக்கிகொள்ளும்.
கலைத்துப் போடப்பட்ட பொம்மைகளாய்
ஆறுநாள் ஆடைகள்.

நான் அப்படியே கிடக்க
வேகமாய் நடக்கிறது கடிகார முள்.
பின் மதியத்தின் மேஜையில்
காலையின் உணவு.
அடுத்த ஐந்து மணிநேரங்கள்
செல்போனில் கரைய
நாளை அலுவலகமென
பின் சாயங்காலத்தில் நினைவுவர
அழுக்குத் துணிகள்
சோப்புப் பவுடர் தின்னும்.

இந்த ஞாயிறு பற்றி
வேறென்ன சொல்ல?

●

<u>பேச்சியம்மாளின் சோளக்காட்டுப் பொம்மை</u>
வீரசோழன் க.சோ.திருமாவளவன்

காட்டு ராஜாவும் ஒரு பட்டாம்பூச்சியும்

அவ்வளவாய் ரசித்ததில்லைதான்
மிளிரும் வண்ணத்தைச் சுமந்திருக்கிறேன்

அவ்வளவாய் இசைத்ததில்லைதான்
ரீங்காரமிடும் ஓசையில் மிதந்திருக்கிறேன்

அவ்வளவாய் மகரந்தம் சேர்த்ததில்லைதான்
காற்றின் கூடுகளில் விதைத்திருக்கிறேன்

அவ்வளவாய்ப் பறந்ததில்லைதான்
குழந்தைகளோடு ஓடியிருக்கிறேன்

அவ்வளவாய் வாழ்ந்ததில்லைதான்
பூக்களின் மொழியைக் கற்றிருக்கிறேன்.

காட்டு ராஜாவுக்குப் பாடம் நடத்திவிட்டு
பறந்தது ஒரு பட்டாம் பூச்சி!

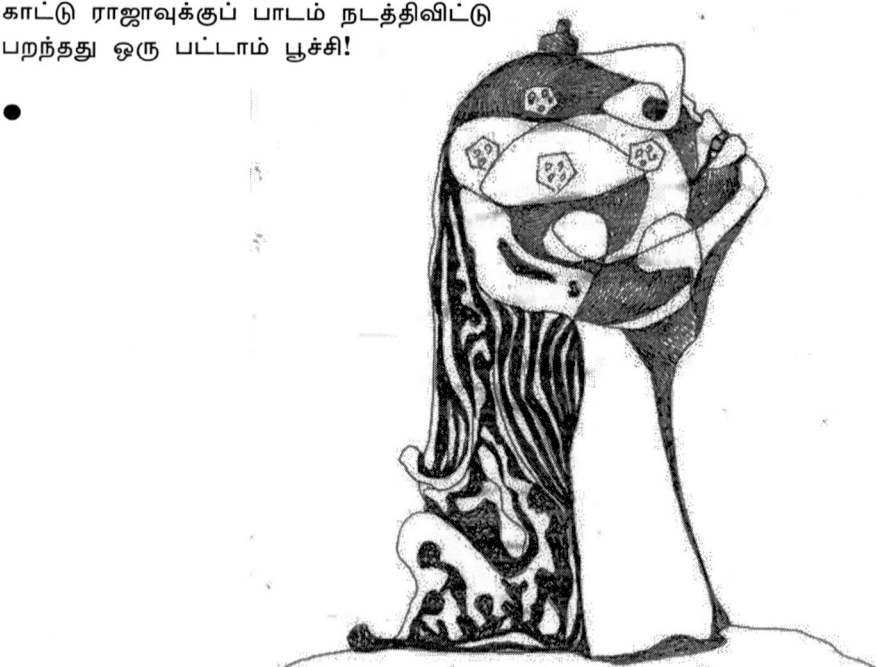

பேச்சியம்மாளின் சோளக்காட்டுப் பொம்மை
வீரசோழன் க.சோ.திருமாவளவன்

பச்சையத்தின் பெருக்கல் குறியீடு

வனமாக இருந்த மரங்களை வெட்டினேன்
அது தன் வேர்களை ஆறுகளில் கிளை பரப்பியிருந்தது
அறுபட்ட மரத்தின் அடியில் தூரிகையால் வரைந்தேன்
பூக்களை வரைய நினைத்த மனது
மரத்தையே வரைந்தது.

●

சொல்லப்படாத காதல்

தற்கொலை செய்யும்
தீக்குச்சியின் தலை
மீதியுடலையும்
தீயின் நாவிற்கு
இரையாக்குகிறது.

சில சொல்லப்படாத
காதலும் அப்படித்தான்.

●

பேச்சியம்மாளின் சோளக்காட்டுப் பொம்மை
வீரசோழன் க.சோ.திருமாவளவன்

மருதாணி நினைவுகள்

மருதாணி வைக்கும்
கைகளுக்கு
பௌர்ணமி வாசம்.

மரத்தின் கிளைகள்
பரப்பி
வண்ணச் சவ்வூடு பரவலை
அடையாளமிடும்.

விரல்கள் மரக் கிளைகளாக
மருதாணியை
வாசம் செய்யும்.

இரவெல்லாம் சாமத்தில்
முழிப்புத் தட்ட
கைகளில் பூத்துருக்கா
கண்கள் செவ்வானமிடும்.

நேற்று இரவு மழை
அம்மிக்குழவியில்
அரைத்த மருதாணி
பிரபஞ்சனின் முருங்கைக் கதையின்
நினைவுகள்
முளைத்திருக்கின்றன.

அவர் பாஷையில்
உயிர் தான்
விரலில் ஒட்டியிருக்கு.

●

பேச்சியம்மாளின் சோளக்காட்டுப் பொம்மை
வீரசோழன் க.சோ.திருமாவளவன்

வேனிற்காலம் விளையும்

காணி நிலத்துல
என்னவெல்லாமோ போட்டாச்சு
செவக்காட்டுல கடலை போட்டு
தண்ணி இல்லாம
பக்கத்து கேணில குழாய் வழி
நெலமெங்கும் பாய்ச்சி
கடலையை வீடு சேர்த்தாள் ஆத்தா வேணி.

புதுக் கெணத்துல
நாலு குண்டு நெலத்துல
தோப்பா உருவாக்கி
பொன் வெளையும் பூமியா
உருவாக்கினா பேச்சியம்மா மவ
ஆத்தா வேணி.

பக்கத்து நெலத்தை
தண்ணி இல்லைனு வித்த
பங்காளிக வயிறு பட்டினியாத்தான்
கெடக்கு
ஆத்தா வேணி பட்டினியாய் கெடந்து
சேத்த நெலம் எலுமிச்சையா கொழிக்குது.

தீபாளி, பொங்கலு கண்ணாலம்
காட்சிக வரும்
ஆத்தா வேணி கழுத்து வெறுமையாத்தான்
கெடக்கும்.
மகன் புள்ளைகள பாத்து
அதுகளுக்கு நகை சேர்த்தா ஆத்தா வேணி.

தருசா கெடந்த நெலமெல்லாம்
இவ கை பட்டு வெள்ளாமையாச்சு
காணி நெலமும்
இவ கால் பட்டு பொன்னான பூமியாச்சு

மகன் தங்கம் போடுவான்னு
அவ கழுத்து வெறுமையா
உலகு சுத்துது

●

பேச்சியம்மாளின் சோளக்காட்டுப் பொம்மை

தொடர்வண்டியும் புத்தரும்

தியானத்தின் உச்சத்தில்
போதிமர நிழலில்
படுத்தேயிருக்கிறான் புத்தன்.

நடந்தே வந்த களைப்பில்
தூங்கி விட்டவனுக்கு
நிழல் தந்து செதுக்குகிறான்
சிற்பி.

கிளைகள் காற்றில் அசைந்து
போதிமர இலைகள்
துளியைச் சிந்துகின்றன.

விழித்து சிறுநீர் கழித்த இரவில்
தொடர் வண்டி நிற்பதே இல்லை
கனவுகள் திடீரென
மறைந்தே விடும்.

அழிந்து போன கனவில்
மீண்டும் புத்தன் வரவேயில்லை.
செதுக்கியிருக்கும் புத்தனை
தீண்டுவதேயில்லை சிற்பி.

●

பேச்சியம்மாளின் சோளக்காட்டுப் பொம்மை
வீரசோழன் க.சோ.திருமாவளவன்

சுமக்கும் கரங்களில் கல்லறைகள்

தூரங்களைக் கடக்கிறது
கால்கள்
சல்லிக்கற்களில் தார்ச்சாலைகளில்
ரத்த வாடை

வெள்ளைக் கோடுகளெங்கும்
பாதம் பதிந்த ரேகைகள்

பொதி சுமந்த தலைகளின்
நிழல்கள்
தார்ச்சாலையெங்கும் முளைத்திருக்கின்றன.

பாதை காட்டும்
கூகுள் மேப்பெங்கும் சிவப்பின்
சின்னம்

வாழ்வைப் புரட்டிப்போட்ட
நுண்கிருமி
சொந்த ஊரில் உயிரை விட
கையிலேந்திச் செல்கிறது
கல்லறையை.

●

பேச்சியம்மாளின் சோளக்காட்டுப் பொம்மை
வீரசோழன் க.சோ.திருமாவளவன்

மீதமிருக்கும் கதைகளில் எட்டிப்பார்க்கிறது வாழ்வு

பெருமரங்கள் சொல்லும்
கதையில் தான் ஐயனாரும்
வீச்சரிவாளும் உறங்கிக்கொண்டிருக்கும்.

ஆலமரத்தின் விழுதுகளில்
தூரி ஆடும் குழந்தைகளுக்கு
ஏற்றவாறே காற்றில் தன்னை இலகுப்படுத்தும்.

ஒய்யார மரத்தில் கட்டியிருக்கும்
காக்கை குருவி கூடுகள்
மழையில்லா வாழ்நாளைப் பேசும்.

எப்பவோ வைத்த மாமரம்
தன்னைக் கனியாய் மாற்றி
சீசனில் இளைப்பாறும்

உழைப்பு
அஃறிணைகளுக்கும்
பொருந்தி விடுகிறது.

இருபத்திநான்கு மணி நேரத்தில்
சில நிமிடங்கள் கூட ஓய்வெடுப்பதில்லை
ஓய்வெடுக்க நினைத்தாலும்
காற்று விடுவதே இல்லை

பெருமரங்களின் உறவை
காற்று தன்னிசையால்
தழுவி விட்டுச் செல்கிறது.

பேச்சியம்மாளின் சோளக்காட்டுப் பொம்மை

ஒய்யார மரக்குடிலில் இருந்து
காக்கைக் குஞ்சு
வாழ்வை எட்டிப் பார்க்கிறது.

நிலப் பாதைகள் மனிதர்களை
சுமந்து செல்கின்றன
கதைகளைச் சொல்லியபடியே.

மீதமுள்ள கதைகள்
நாளை என் பெயரனுக்காக இருக்கலாம்.

●

அடைக்கப்பட்ட தொட்டியில்
ஆயுளையே கழிக்கும்
வாஸ்து மீனுக்கு
குளத்து மீன் வாசம் தெரிவதில்லை.

●

பேச்சியம்மாளின் சோளக்காட்டுப் பொம்மை

கோரம் ஒளிந்திருக்கும் முகமூடிகள்

எத்தனை கோரங்கள்
எத்தனை உணர்வுகள்

தோலுரிக்கப்படாத
அத்தனை முகங்களையும்
மாட்டிக் கொள்கிறோம்.
ஏதேனும் ஒரு முகமூடி
வலுக்கட்டாயமாகவே.

அற்புதமானது முகம்
பழகிய முகத்தை ஏமாற்ற ஒரு முகம்
பொங்கி வழியும் அன்பை மறைக்கவென
ஏதேனும் ஒரு வகையில்
மலர்களைப்போல் சூடிக்கொள்கிறோம்.

நகல்களைக் கிழித்தெறிந்து
நிஜம்தனில் தருவாய் இருப்போம்
நமக்கான நிறைய முகமூடிகள்
பொருத்தமாகவே.

ஒவ்வொரு முகமூடியிலும்
ஒவ்வொரு கோரங்கள்
அவ்வளவையும் அளந்தே
ஒட்டிக்கொள்கிறோம் நிஜத்தைப்போல்.

பேச்சியம்மாளின் சோளக்காட்டுப் பொம்மை
வீரசோழன் க.சோ.திருமாவளவன்

ராமனென்ன
ராவணனென்ன
திருதராஷ்டிரனென்ன
தர்மனென்ன
கர்ணனென்ன
கண்ணனென்ன
அர்ஜுனனென்ன
துரியோதனனென்ன
ஒவ்வொருவருக்கும் ஒரு நியாயம்
ஒரு முகமூடி.

முக மூடியில்லாமல்
இருப்பது
கருவறையிலும்
பால் பல்
சிரிப்பிலும்.

வீரசோழன் க.சோ.திருமாவளவன்

காலங்களை வனையும் தாத்தாக்கள்

நம் வீட்டுச் சாளரம்
பூனையைக் கொண்டிருக்கும் என்றேன்

தாத்தாவோ
பூனைக்குட்டியை ஓவியம் வரையலாமா? என்றார்.

பாட்டிக்குப் பூனை பிடிக்குமா என்றேன்
அவள் என் பாதுகாப்பிற்காக வளர்த்தாள் என்றார்

அதற்கு உணவிடுவது யார் என்றேன்
நானே தயிரை சாதத்தோடு பிணைந்து வாசலில் வைப்பேன் என்றார்

எதற்காக வளர்க்கிறோம் என்றேன்
தானியப்பைகளைத் துளையிடும் எலியை துவம்சம் செய்யும் என்றார்

ஏன் நாயைப் பிடிப்பதில்லை பூனை பிடிக்கிறது என்றேன்
பூனைகள் பாதகம் ஏற்படுத்தா பசு என்றார்.

எவ்வளாவு நாளாய்ப் பிடிக்கும் என்றேன்
என் தாத்தா என்னிடம் கேட்டதிலிருந்து என்றார்.

உனக்கு எதனால் பிடிக்குமென அவர் என்னிடம் கேட்க

உன் தயிர்சாதத்திற்கு
ஏங்கும் என் உயிரைப்போல
பூனையும் ஏங்குமே
அதனால் பிடிக்கும் என்றேன்!

காலங்களைத் தாத்தாக்கள் வனைகிறார்கள்.

●

பேச்சியம்மாளின் சோளக்காட்டுப் பொம்மை
வீரசோழன் க.சோ.திருமாவளவன்

ஒவ்வொன்றும் பேசும்
இயல்புடையது
பேசாமலும் இருக்கலாம்
பேசியே இருக்க வேண்டியது
அவசியமில்லை

மூளைக்கான கடத்திகள்
நினைவுகளின் வரம்
பதிப்பில் நிற்கும் நினைவுகள்
உடல் கடத்திகள்
சிவப்பு ரத்தங்கள் சிலாகிக்கும்

மௌன பிம்பங்களைப் பேசும்
அறிகுறிகளில் பூசியிருக்கலாம்
அகிம்சைப் பூ
சருமங்கள் அவை பிரதியெடுக்கும்

ஆலகால விஷங்களும்
முகத்திரையில் வரிகளாக்கும்
நல்லதங்காள் கதை கேட்டும்
செவியில் புலரும் சிந்தனை
மொழியில் கரைந்தே கிடக்கும்

வணங்கும் கைகளினூடே
உயிர் கரையும்
நரம்பமைவுகள் அஃறிணைக்கும்
ஆர்ப்பரிக்கும் மனிதக்கூடுக்கும்
வரிகளாய் நரம்பு வரைந்திருக்கும்
சோதிடங்கள் வரிகளில் மொழியாற்றும்

எல்லாம் பேசும் மடந்தைகள்
மறைந்தும் மறையாமலும் பேசும்
ஊழ்வினை உறுத்து வந்து ஊட்டும்
நவரசங்களின் வானும் எட்டிப் பார்க்கும்
உடலென்பதே மாயை.

மாயையினுள் நீயும் நானும்!

●

பேச்சியம்மாளின் சோளக்காட்டுப் பொம்மை
வீரசோழன் க.சோ.திருமாவளவன்

எல்லா மழையும் நனைப்பதில்லை

மழையில் நனையும் வரம்
யாருக்கும்
கிடைப்பதேயில்லை

அவ்வரங்கள்
வாய்க்கிறது மரங்களுக்கே

தானாய் முளைத்து
வளரும் விதைகளுக்கு
உயிருண்டை செய்கிறது
மழை!

மழை மானுடர்களுக்கானது
சிலவேளை மழை கண்ணீருக்கானது
துன்பக்கேணியில்
நனையும் மனதை
மழை ஆசுவாசம் செய்யும்.

சாப்ளின் வாக்கியம்
மனதைப் பிசைவதைப்போல
மழையும் நம் கண்களில்
நீருற்றும்!

துவட்டிவிட எத்தனிக்கும்
மழை
குழந்தைகளின் நரம்பு
நனைக்கிறது.

எல்லா மழையும் நனைப்பதில்லை
நிலத்தையும்
மனத்தையும்!

●

பேச்சியம்மாளின் சோளக்காட்டுப் பொம்மை
வீரசோழன் க.சோ.திருமாவளவன்

நதியின் கூழாங்கல்
ருசி பார்த்த பெரும் நீர்
சமுத்திரம்!

●

சதுரங்க ஆட்டத்தின்
வெட்டப்படாத பக்கங்களை
கட்டை விரல் பேசும்!

●

காற்றின்
சுரப்பிரசவம்
புல்லாங்குழல்.

●

பேச்சியம்மாளின் சோளக்காட்டுப் பொம்மை
வீரசோழன் க.சோ.திருமாவளவன்

கிதாரில் தொங்கும் இசைக் கூடுகள்

மரத்தை வெட்டினேன்
அறுபட்ட மரம்
தன் வேர்களை
ஆறுகளில் பரப்பியிருந்தது
அறுபட்ட மரத்தின் அடியில்
தூரிகை வரையலானேன்
செடியாக வரைய
அது
மரமானது.

குருவிகளும் கொக்குகளும்
தாமாய் வந்தமர்ந்தன
அறுபட்ட மரத்தைக் கிதாராக்கினேன்
ராகங்களைத் தேடியலைந்தது.

கூடுகள் வரைய வானவில்லைத் தேடினேன்
இருள் மரத்தில் அப்பிக் கொண்டது.
எங்கு செல்லும்
வந்த பறவைகள்?
நரம்புகளை மரக்கிளையாக்க
கிதாரை மரமாக்க
கீச் கீச்
குக்கூ குக்கூ
சப்தங்கள் இசையானது.

கிதாரில் இசைக்கூடுகள் தொங்கின
நான் அவற்றிற்கு மேய்ப்பனானேன்!

பேச்சியம்மாளின் சோளக்காட்டுப் பொம்மை
வீரசோழன் க.சோ.திருமாவளவன்

மணலாறு சொல்லும் நதிகளின் கதை

ஆலமரக்கரையோரம்
வெளையாண்ட கதைகள் ஆயிரம்
டவுசர் கதைகளை
தபால் தலைகளாகப் பேசும்
ஸ்டாம்பாக குத்தப்பட்ட ஓட்டைகள்
ஒருவேளை முகவரி இழந்திருக்கலாம்.

கண்மாயோரம் கண்மணியோடு
கதைகள் பேசிய காலங்களை
பனை மரம் கூடு கட்டியிருக்கும்

தொலைந்த கதைகள்
எழுதுவதற்காக
முதுகில் ஓடோடி அலையும்
கூலாங்கல்லைப் போல
நதிகள் திரிந்த கதைகளை
மணலாறு பேசும்!

●

பேச்சியம்மாளின் சோளக்காட்டுப் பொம்மை
வீரசோழன் க.சோ.திருமாவளவன்

வேடிக்கை பார்க்கிறது கூழாங்கல்

கூழாங்கற்களை
அடுக்கி வைத்து அழகு பார்ப்போம்
ஆத்து நீரை அளக்க

நதியோடிய நீரில் புதைந்த கற்கள்
மெல்ல வரும்
வெயிலாடும் வெளிபோல

ஆழமான இடத்தில் அழுத்தி வைப்போம்
கல்லைத் தூணாகவே செய்து

வருடா வருடம் வழியும் நீர்
ஆற்றை ஒரு கை பார்க்கும்
மாடசாமி கோயிலும் மூழ்கும்

வார நாட்களோடு வார இறுதியிலும்
கூழாங்கல் மேல்
கண் வைத்தே பள்ளி போவோம்
ஆற்றைக் கடந்தே படிப்பும் இருந்தது.

பெண்டிரோடு வாண்டுகளும்
வட்டமிடும் ஆறாகவே இருந்தது
குடத்தில் இருக்கும் நீரைப் போல
குதூகலமாகவே இருந்தது

குளிர் போர்த்தி
நீராடை சூழ்ந்தே
வயலாடியிருந்தது.

பேச்சியம்மாளின் சோளக்காட்டுப் பொம்மை
வீரசோழன் க.சோ.திருமாவளவன்

கரைகளிரண்டும்
நீரைப் பிடித்த கைகளாய்
வலம் சூழும்
பெண்மையைப் பிடித்திருந்தது

ஆடுகளோடு மாடுகளும் மேயும்
புல்லில் ஒளிந்திருக்கிறது பனித்துளி
நாவால் உண்கிறது
ஒற்றை ஆடு

வானும் அண்ணாந்து பார்க்கிறது
அது எப்போது நனைக்கும்
நிலத்தின் நாவை?

பங்குனித் திருவிழாவுக்கு
சப்பரத்தோடு சாமியும் வரும்
ஆற்றை நனைக்கிறது
போர்வெல் தண்ணீர்

கண்டும் காணாததுமாய்
அலையும் பறவையின் தாகத்திற்கு
கூழாங்கல் இளைப்பாற்றுகிறது
போர்வெல் தண்ணீர் தாகமாற்றுகிறது.

சப்பரம் கிளம்புகிறது
ஊர் மக்கள் தண்ணீரை
தலையில் தெளித்துக்கொள்கிறார்கள்.

கூழாங்கல் வெறிச்சோடிப் பார்க்கிறது
அமைதியாய்
எல்லாவற்றையும்.

●

பேச்சியம்மாளின் சோளக்காட்டுப் பொம்மை
வீரசோழன் க.சோ.திருமாவளவன்

களிறுவெனத் தெரியாத போது
பேருருவாகத்தான் தெரியும்

வேழமெனத் தெரியாத போது
பிள்ளையாராகத்தான் தெரியும்

யானை எனக்கு
கடவுளாகவே அறிமுகம்

கற்சிலையில் பார்த்து
பாடப்புத்தகம் வழி
உள் நுழைந்த
யானையாகத்தான் தெரியும்

இப்படியாகவே
உள் நுழைந்த யானையை
யானையாகவே பார்க்காமல்
ஒய்யாரமாகவே பார்த்தோம்.

பாகனோடும் பால்யத்தோடும்
அது தெருக்களில் உலா வரும்
கோவில்களில் அலங்காரமாய்
அணிவகுக்கும்
காதுமடலால் அழைக்கும்
யானை எங்களுக்கு
பெரிய பிள்ளையாகவே அறிமுகம்

யானைச் செய்தியோடு வளர்ந்தோம்
கர்நாடகக் காட்டில் தந்தம் கொள்ளை
ரயில்வே கேட்டில் யானை விபத்து
என்றெல்லாம் செய்தி சேருகையில் கண்ணீரரும்பும்.

பேச்சியம்மாளின் சோளக்காட்டுப் பொம்மை

தாத்தா பேச்சில் வந்த யானை
பாட்டியின் கதையில் வந்த யானை
பக்கத்துவீட்டு மாமாவின் படத்தில் பேசிய யானை
மனம் பிறழ்ந்தவர்களுக்குச் சீரடித்த யானை
பக்குவப்படுத்தியே மனசும்
யானையுமாக
காட்சிகளால் பக்குவப்பட்ட மனசும்
யானையாக.

●

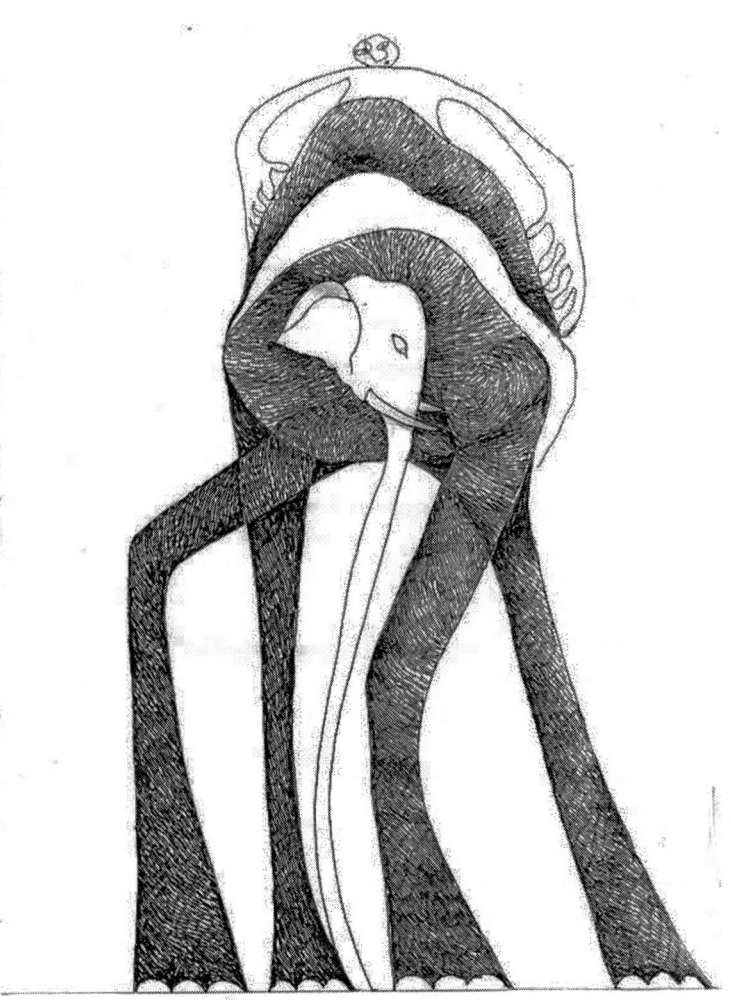

பேச்சியம்மாளின் சோளக்காட்டுப் பொம்மை
வீரசோழன் க.சோ.திருமாவளவன்

அவஸ்தையில் தவிக்கும் இரவுகள்

இரவுகளின் பக்கங்கள்
இருளால் எழுதப்பட்டவை
எழுதப்பட்டே நீளும்.

இரவுகள் துயரை நீக்கும்
அழுகையை
கைக்குட்டை
கைத்தாங்கல் செய்யும்.

சில நினைவுகள்
சில துக்கங்கள்
சில கொடூரங்கள்
யாரிடமும் சொல்லித்
தருவதேயில்லை தலையணையும்.

நாய் குரைக்கும்
தவளை கத்தும்
மழை வரலாம்
குடு குடுப்பை சப்தம்
நிலாவின் வேடிக்கை
இரவுகள் ஒவ்வொன்றையும்
பதிவு செய்தே பயணம் செய்யும்.

பூனைகள் இருளை
பார்ப்பதில்லை
வேட்டையை 'மியாவ்'
குரலிலே முடித்து விடுகிறது
பாதங்களைத் தரையில் சாட்சியம்
செய்வதில்லை.

பேச்சியம்மாளின் சோளக்காட்டுப் பொம்மை
வீரசோழன் க.சோ.திருமாவளவன்

இருளையும் பூனையையும்
எப்போதுமே வரவேற்போம்
ஆயினும் நாம் தான்
கறுப்பினையும் பூனையையும்
சகுணம் பார்ப்போம்.

இருளையும் ரசிக்கும் பூனைகள்
ஒரு போதும் சகுணம் பார்ப்பதில்லை.

●

நடமாடும் வானவில்

மாயம் செய்யும் காதல் விழிகள்
சில்லென சிறகடிக்கும் பனித்துளிகள்
மேகவனாந்திரத்தில் வெண் பூச்சுகள்
இருளைத் தடவியே நிறைத்திருக்கும் பனி
நிலாவுமே காணாமல் போனவர் வரிசை
வெண்சாமரமாக ஒய்யார நடையில்
ஓரவிழியில் இயங்கும் பனியிரவு
பாதசலை நடுவே கடலை வண்டி
எல்லாவற்றையும் கடக்கும் பேருந்து
ஹோட்டலில் ஏங்கும் எச்சில் இலைகள்
வண்ணங்கள் பூசிய வண்டியெங்கும்
ஒவ்வொன்றிலும் இன்னாரென்று
எழுதி வைக்கமாலே இதழைப் பதித்து
மனிதம் விதைத்துச் செல்கிறது
எல்லா நாளிலும் நடமாடும் வானவில்

பழைய புத்தகச்சாலையின் இதழோரத்தில்
எங்கேனும் பதிந்திருக்கும்
வண்ணத்துப்பூச்சியின் இறப்பு!

●

பேச்சியம்மாளின் சோளக்காட்டுப் பொம்மை
வீரசோழன் க.சோ.திருமாவளவன்

பூனைகளற்ற காலம்

பூனைகள் மதில்களை
மட்டும்
தாவுவதேயில்லை.
மாடியில் காயப்போட்டிருக்கும்
உள்ளாடைகளையும்
'மியாவ்' சொல்லியே
தாவுகின்றன.

எதிர்த்த வீட்டில்
பாலையும் தயிரையும்
சலப் சலப் என்றே
ருசி பார்த்து விடுகின்றன.

தாத்தாவுக்கு
வெள்ளைப் பூனை மீது
ப்ரியம்.
பேரனுக்கோ
கறுப்பு.
பேரனுக்காகவே
ப்ரியம் கொஞ்சுவார்
தாத்தா.

தயிரைச் சோற்றோடு
உப்புக்கல் போட்டு
கையால் பிணைகையில்
தயிர்ச் சோறு வாசம்
அடுத்த தெரு பூனைக்கும்
மணக்கும்.

பேச்சியம்மாளின் சோளக்காட்டுப் பொம்மை
வீரசோழன் க.சோ.திருமாவளவன்

மதிய நேரத்தில்
தாத்தா பிணையும்
தயிர்ச் சோறுக்காக
பூனைகள் அணி வகுக்கும்.

கொரோனோ
ஆரம்பித்ததிலிருந்து
பால் கிடைப்பதேயில்லை.
மதிய விருந்தினர்கள்
தாத்தாவைப் பார்க்க வருவதேயில்லை.

எங்காவது
'மியாவ்' கேட்டால்
தட்டுத் தடுமாறி எழுந்து
பார்க்கிறார் தாத்தா
பூனைகள் இருப்பதில்லை!

●

பேச்சியம்மாளின் சோளக்காட்டுப் பொம்மை
வீரசோழன் க.சோ.திருமாவளவன்

தனிமையின் நாட்காட்டி

அவன் தனிமையின்
நாட்காட்டியில் புத்தர்
உடனே வந்தார்.

அவரின் தனிமையில்
இவன் இல்லை.

அவருக்கு சித்தார்த்தன்
என்று பெயர்.

புறா வைத்து
நீதிக்கதை போதித்தார்.

வளர்ந்த இளஞ்சிறுவனுக்கு
பசியையும், பிணியையும்
வகுப்பு பனிரெண்டில் பாடமெடுத்தார்.

மன்னர் தெருக்களை ஆய்ந்து
கிரீடத்தைத் துறந்தார்.
யசோதரையின் கணவனென
ஊர் ஓங்கிச் சொன்னது.

கோனுயர
மக்கள் வலி வீதியில் தெரிய
மானுடம் போற்றினார்.

பேச்சியம்மாளின் சோளக்காட்டுப் பொம்மை
வீரசோழன் க.சோ.திருமாவளவன்

ஆசை பொல்லாதது
எல்லாவற்றையும் துறந்து
இளைஞனுக்குப் போதித்தார்.

மானுடம் உயர
உலக வீதிக்கு உலாவினார்.

உலகு 'புத்தர்' என
போற்றியது.

புத்தரின் தனிமையின்
நாட்காட்டியில் சேர்கிறான்

இவன் தனிமையில்
புத்தர் சேர்வதில்லை.

புல்லாங்குழலின் ராகம்
காற்றில் இசைக்கிறது

புத்தர் கண் மூடி
தியானிக்கிறார்.

வெறுமையின் நாட்காட்டி
தனிமையைப் புலம்புகிறது.

●

பேச்சியம்மாளின் சோளக்காட்டுப் பொம்மை
வீரசோழன் க.சோ.திருமாவளவன்

மேய்ப்பர்களின் பயணம்

இலக்குகள் இல்லாப் பாதையிலும்
இன்னிசைக் காலால் நடக்கும்
மேய்ப்பன் காலடியே
கிழக்கு திசை.

நூறோ, இருநூறோ, முந்நூறோ
எண்ணிக்கை நிர்ணயம்
செய்யப்படுவதில்லை.

மேய்ப்பன் குரல் வழி
காதுகள் தீட்டி காலில்
கண்கள் வைத்து எட்டு வைக்கும்.

தொரட்டிகளின் நீளங்களில்
இரையை வைத்தாலும்
காலில் எட்டியே கவனமாய்
கவ்வும்.

இரை தேடும் பகலில்
இரவெல்லாம் அசைத்தே
பகலை அசைக்கும்.

ஒய்யாரக் கொப்புகளும் கிளைகளும்
மேய்ப்பன் தொட்டியில்
தூக்கு மாட்டும்.

திருவிழாக்களில் பதம் பார்க்கும்
அரிவாள்களின் கண்கள்
இரக்கம் பார்ப்பதில்லை.

●

பேச்சியம்மாளின் சோளக்காட்டுப் பொம்மை

பேச்சியம்மாளின் சோளக்காட்டுப் பொம்மை
வீரசோழன் க.சோ.திருமாவளவன்

மழைக்காலப் பூனைகள்

மழைக்காலக் கொண்டாட்டங்கள்
இரை தேடும் பூனைக்கு
எதையும் தருவதேயில்லை

சாளரக் கம்பிகள்
வலைகள் இல்லாமல் இருக்கலாம்
'மியாவ்' குரல்கள்
முளைத்துக் கொண்டே இருக்கும்.

மழைத் தூறல்களில்
மியாவ்கள் கேட்பது அரிது
வீடுகளைச் சுற்றியே
இதனுலகம் உருண்டை.
வெளியே போவதில்லை
சுதந்திரமானவை.

கதவுகள் திறந்து இருந்தாலும்
பாதைகள் ஆவதில்லை
பூனைகளுக்குச் சாளரமே பாதை.
மழையில் நனைந்தாலும்
பாதைகளை மாற்றுவதில்லை.

ஒவ்வொரு வீட்டிலும்
உணவுண்டு.
மியாவ்களைக் குழந்தைகள்
கொண்டாடுவர்.
பூனை வாயில் எலி இருந்தால்
பெரியோர்கள் ப்ரியமிடுவர்.
மழையில் நனைந்தால்
சாளரக் காற்றால்
தன்னையே துவட்டிக்கொள்ளும்.

பேச்சியம்மாளின் சோளக்காட்டுப் பொம்மை
வீரசோழன் க.சோ.திருமாவளவன்

தாத்தாவின்
தலையை நனைத்த மழையில்
மியாவ் அருகிலிருந்தே
தயிர்ச் சாதம் விழுங்கும்.

எலியை சம்ஹாரமிட்டு
வரும் ஒலியில் வீற்றிருக்கிறது
அதன் ரௌத்திரம்.

நட்பின் பெருந்துணை
மழையும்
பூனையும்.

எல்லா மழையும்
எப்போதும் ஒன்று போல் தான்
மியாவ்கள்
அப்படியில்லை
நேரத்திற்குத் தகுந்தபடி மாறும்.

மழையும்
பூனையும்
எப்போதும்
நெஞ்சின் ஈரம்தான்.

●

பேச்சியம்மாளின் சோளக்காட்டுப் பொம்மை
வீரசோழன் க.சோ.திருமாவளவன்

பம்பரத்தின் கலைக்கனம்

தன் காலே தனக்குதவியெனும்
தத்துவத்தைப் பரிசளிக்கும்

தலைக்கனம் இல்லாத
கலைக்கனத்தால்
கண்ணெதிரே சுற்றும்.

சாட்டைகளால் அது புறப்பட்டதும்
சாமி ஆடி
பூமி உருண்டையை
நம் முன் காட்டும்.

வாழ்க்கை என்பதே வட்டம்தான்
தலை சாய்த்துத் தன்னையே எழுதும்

சிறுவராட்டம் முதல்
கிராமத்து வெயிலை களையாக்கும்

நிலைத்தே வாழ்வை உணர்த்த
நிலையற்று நிலம் சாயும்.

ஊனத்தை ஊடறுத்து
மனசை மயிலிறகாக்கும்
உள்ளம் பெருங்கோவிலாகும்

மரத்திற்கு மட்டுமில்லை மனசிற்கும்
ஒற்றைக்கால் தவத்தைப் போதிக்கும்

பால்ய கால டவுசர் பைகளில்
சில்லறைகள் இருப்பதில்லை
ஆட இரு பைகளையும்
அலங்கரித்து ஆவணம் செய்திருந்தது
பம்பரம்!

●

காத்திருக்கும் எருக்கம்பூ

எருக்கம் பூவில்
நனைந்த
அவள் வியர்வை வாசம்
வெய்யிலையும் நனைக்கிறது

அவள் ஆடும்
தொரட்டியும்
விட்டுப் போன மீதங்களில்
தன்னையொத்த பூக்களை
தேடியலைகிறது
எருக்கம்பூ

அவள் அறுத்துச் சென்ற
தளைகளுக்கிடையே
அவள் அரிவாளுக்குத்
தப்பிப் பிழைத்த
மலராத
ஒற்றை எருக்கஞ்செடி

வீட்டிற்கும்
காட்டிற்கும் இடையில்
காணாமல் போன
மறி போல
பாதை மாறுவதில்லை அது

பூத்தே இருக்கிறது
கரிசலில் எருக்கு.

நாளை
மறியின் வருகைக்காக.

●

பேச்சியம்மாளின் சோளக்காட்டுப் பொம்மை
வீரசோழன் க.சோ.திருமாவளவன்

தேநீரால் எழுதுகிறார்

பாய்லருக்கு மேல் சில்வர் கப்
தேநீர்த் தூள் போட அதிலொரு பை
அடிப்பாகமெங்கும் கங்குக் கண்கள்.

வெக்கையோடு வெக்கையாய்
கண்ணாடி டம்ளரில் கொதித்த நீருற்றி
வைரஸ் போக்கும் தேநீர் விஞ்ஞானி.

புகைக்குடுவை இருந்தாலும்
வாயில் வைத்த பீடியும்
புகை கக்கும் கருநிற வண்ணம் தீட்டாது.

ரேசன் கடை வரிசை மாறும்
தண்ணீர்க்குட வரிசை மாறும்
கண்ணாடி டம்ளரில் ஊற்றும்
இவன் தேநீர் வரிசை மாறாது.

பணக்கார உதட்டைப் பருகப் போகிறோம்
ஏழை உதட்டைப் பருகப் போகிறோம்
என்பதெல்லாம்
தேநீர் டம்ளருக்குத் தெரியாது.

தேநீரின் சூட்டில்
சாதியில்லை மதமில்லை
'டீக்கடை பெஞ்ச்'
நாட்டாமைக்காரர்கள் நாடுமிடம்.

எனக்கும் சூடாகத் தேநீர்
ஒற்றைக் குரலில் கொதிக்குது
தொழிலாளிக்கானதும்
முதலாளிக்கானதும்
இளைஞருக்கானதும்
வேளச்சேரியில் ஒரு குரல்
பெண்களுக்கானதும்
சாஃப்ட்வேரின் தயவில் கொதிக்கிறது
தேநீர் சமரசமில்லாமல்.

எல்லோர் பொறுமையையும்
சோதிக்காது
தரும் இவரொரு சுவைஞானி

ரணத்தை மாற்றும் ரட்சகன்
தேநீர்க்காரன்.
குடுவையின் மேல்ப் பக்கப் புகை
இவன் ஆயுளைத் தீர்மானிக்கும்.

சலனமே கொள்வதில்லை
சனங்களின் இரவையும்
பகலையும் இவரே தேநீரால் எழுதுகிறார்

●

காலத்தின் கிழிசல்

கால் பரீட்சை அரைப்பரீட்சை
முழுப்பரீட்சை விடுமுறைகள்
மொத்தமாய்க் கோலி ஆடியே
வழிந்தோடுகிறது

செல்லியாரம்மா கோவில் சுவர்
பிள்ளையார் கோவில் சுவரென
கோலியாடவே மைதானங்கள்
ஓரங்களில் பூத்திருக்கும்.

குழி வைத்து ஆடும் ஆட்டத்தால்
கட்டம் போட்டுச் சிறு கோலிகளை
பெரிய கோலிகள் குறி வைத்து
ஆடும் ஆட்டத்தால்
மளிகைக் கடைக்கு
வசூலான வசூல்.

நிலத்தில் குறி வைத்து அடித்து
குழியில் விழச் செய்து
குண்டுகளைச் சேகரிக்கச் சேகரிக்க
ஓட்டைப் பை நிரம்பும்.

ஆள்காட்டி விரலால் பெரிய கோலி
சிறு கோலிகளை வேகமெடுத்து
வீழ்த்தும் திசைகளில் டவுசர் பை நிரம்பும்.

பேச்சியம்மாளின் சோளக்காட்டுப் பொம்மை
வீரசோழன் க.சோ.திருமாவளவன்

ஆடையில்லா வெயிலைப் போல
ஆடையில்லா மேனியோடு
கோலி வைத்து ஆடும் ஆட்டம்
வெயிலை விட அனல் பறக்கும்
வேப்பமரங்கள் வேடிக்கை பார்க்கும்.

விடுமுறைகள் முடிய
கோலிக் குண்டுகளும் காணாமல் போகும்
மஞ்சள் பழங்களை
வேப்ப மரமும் கனிவிக்கும்.

விடுமுறைகள் கிராமத்தை
கொண்டாடிய காலங்களை
புத்தகங்கள் கொஞ்சம் கொஞ்சமாக
குழந்தைகளை கிழித்துப் பார்க்கின்றன.

●

பேச்சியம்மாளின் சோளக்காட்டுப் பொம்மை
வீரசோழன் க.சோ.திருமாவளவன்

கடிகார முட்களின் கதை

சுவரில் மாட்டப்பட்டாலும்
மணிக்கட்டில் மாட்டப்பட்டாலும்
கடிகாரங்கள் ஓடிக்கொண்டிருக்கின்றன.

துருப்பிடித்து வீசப்பட்டாலும்
பேட்டரியில்லாமல் மாட்டப்பட்டே இருந்தாலும்
பழுதடைந்து மூலையில் முடக்கப்பட்டாலும்
தப்பாகவேணும் நேரத்தையே காண்பிக்கும்.

ஓடிக்கொண்டிருக்கும் வாழ்வை
கடிகாரம் படமாய்
காண்பிக்கும்.
கண்ணீரோடு தவித்திருந்தாலும்
கடிகாரம் ஆறுதலாய்க் கண்ணீர்
துடைக்கும்.

பெரியமுள்ளைத் துரத்தும் சின்னமுள்
முயற்சியின் அடையாளம்.
நிகழ்காலத்தைப் பாடம் புகுத்திக்கொண்டே
இருக்கும்.

இணைந்தே இருப்பதன்
ஒற்றுமையை கடிகாரமுட்களே
கற்றுக்கொடுக்கும்.

பேச்சியம்மாளின் சோளக்காட்டுப் பொம்மை
வீரசோழன் க.சோ.திருமாவளவன்

பிறப்பிற்கும் நேரம் காட்டும்
இறப்பிற்கும் நேரம் காட்டும்
கண நேரம் நிற்பதில்லை
நின்று உழைப்பைச் சொல்வதில்லை
ஓடியே காலத்தை வனைகிறது
கடிகாரம்.

இரவு பகல் இடைவிடாது
காட்டினாலும்
நமக்கான நாட்கள் எண்ணப்படுவதை
நாகரீகம் கருதி
நமக்குச் சொல்வதில்லை கடிகாரம்.

காலதேவன் ஊழியனாய்
பலனை எதிர்பாராது
கடமையைச் செய்தே ஓடிக்கொண்டிருக்கிறது
கடிகாரம்!

●

<u>பேச்சியம்மாளின் சோளக்காட்டுப் பொம்மை</u>
வீரசோழன் க.சோ.திருமாவளவன்

சதுரங்கக் குறிப்புகள்

அந்தத் கட்டங்களுக்கு
மௌசு அதிகம்
குதிரை தாவும் கட்டங்கள்
சுவாரஸ்யமானவை.

ராணி வைத்து ஆடும்
கட்டங்கள் ராசாவின்
கம்பீரத்தை நிலைப்படுத்தும்.

விரல்களில் நகரும் குதிரை
தாஜ்மஹாலில் ஓடிய சுல்தான்களின்
குதிரைக் குளம்பை ஞாபகம் செய்யும்.

ராணி தன் கம்பீரத்தால்
சிப்பாய்களை வீழ்த்துவது
வேலுநாச்சியார் உடைவாள்
வரலாற்றைச் சொல்லும்.

குதிரையும் ராணியும்
மன்னராட்சிக்கு மட்டுமல்ல
இன்றைய சதுரங்க ஆட்சிக்கும்
சட்டம் தனை உருவாக்கும்.

குதிரையும் ராணியுமில்லாத
ஆட்டம் தனை
சதுரங்கம் அனுமதிப்பதில்லை.

பேச்சியம்மாளின் சோளக்காட்டுப் பொம்மை

எதிரெதிர் கட்டங்கள்
தாவித் தாவி சிப்பாய்களை வீழ்த்தும்
போரின் வேகத்தை
ஆடுவோரின் மூளைகளே தீர்மானிக்கின்றன.

பல நாள் களப்போராட்டம்
நிமிடங்களில் நிறைவு பெறுகிறது
ராணியும் குதிரையும்
நாடுகளை ஆள்கிறார்கள்.

ஓவியமாய் வாழ்ந்தாலும்
நெஞ்சக்களத்தில்
குதிரைக்குளம்படி ஓசைகளுக்கு நடுவே
புழுதி பறக்க ராணி வருகிறார்
சிப்பாய்களை விரல்களால் வீழ்த்தியபடியே.

●

பேச்சியம்மாளின் சோளக்காட்டுப் பொம்மை
வீரசோழன் க.சோ.திருமாவளவன்

கிராமத்துக் குழந்தைகள்
வெட வெடப்பாகவே இருக்கும்.
அம்மாக்களின் அம்மாக்கள்
பிறக்கும் குழந்தைகளை
செதுக்கியே வளர்ப்பார்கள்.

பருத்தியும் எலுமிச்சையும்
கரக்காட்டில் வாய்க்காலெங்கும்
சிந்தியே இருக்கும்
அம்மாக்களின் கால்கள்
பூமியெங்கும்
நிறைந்தே இருக்கும்.

குழந்தைகளைக் குளிப்பாட்டுவது
எளிதானதல்ல
ஆச்சிகள் கால் நீட்டிக் குழந்தையை
உட்கார வைத்து வெந்நீர் ஊற்றி
லக்ஸ் சோப் போட்டுத் தேய்க்கையில்
முகத்தை தன் கைகளால்
நீவியே வடிவம் செய்து கொடுப்பாள்.

பருத்தியைக் கூட்டிலிருந்து எடுத்து
சேலைக்குள்ளும் கூடைக்குள்ளுமாக
சேகரிப்பாள்
காய்ந்த சருகுகளைத் தனியெடுத்து
வெண் குங்குமத்தைப் பத்திரம் செய்வாள்.

மூக்குக்கும் கண்ணுக்கும்
இடைப்பட்ட பகுதியில்
சதைப்பற்றை ஒழுங்குபடுத்துவாள்.
காதுமடல்களை நெற்றியை
உடலெங்கும் ஒன்று விடுவதில்லை.

பேச்சியம்மாளின் சோளக்காட்டுப் பொம்மை
வீரசோழன் க.சோ.திருமாவளவன்

குழந்தைகளாக உள்ள போது
தெரிவதில்லை
வளர வளர முக அமைப்பு
முதிர்ச்சி பெறுகிறது.

பருத்தியும் எலுமிச்சையும்
கைகளிலும் கோணிப்பைகளிலும்
நிறைகையில் முழு வடிவம்
காடு பெறுகிறது.

அம்மாக்களின் அம்மாக்கள்
அடுத்த குழந்தையின் பிரசவத்துக்காகவும்
கரக் காட்டில் சோளம் போட
டிராக்டரால் உழுவதற்காகவும்
தன் கால்களை நீட்டுகிறாள்
பூமிப்பரப்பெங்கும்.

●

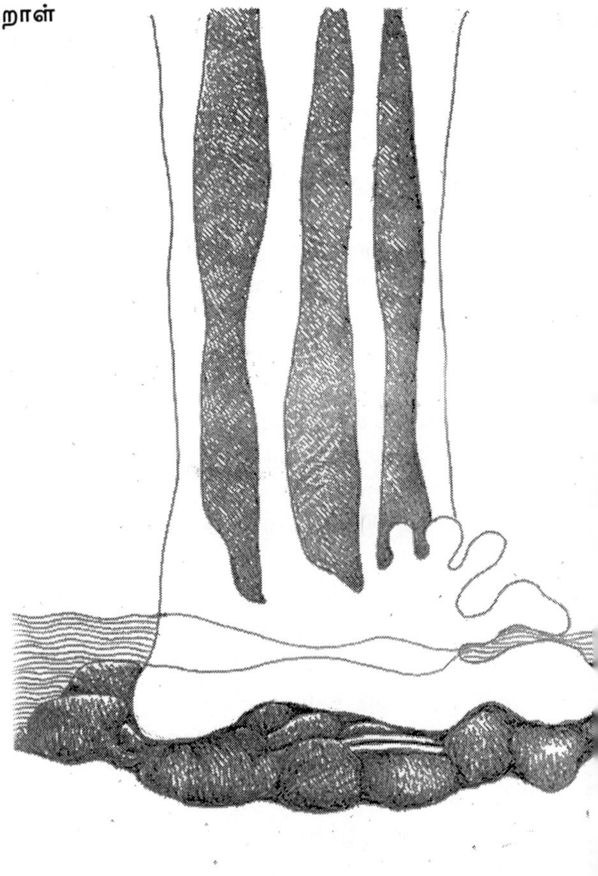

பேச்சியம்மாளின் சோளக்காட்டுப் பொம்மை
வீரசோழன் க.சோ.திருமாவளவன்

வேனிலனின் ஆட்டுக்குட்டி

ஆதவக் கிழவன் ஆர்ப்பரித்ததும்
கிடைக்கூட்டிலிருந்து
இரை தேடப் புறப்படுகிறது
மேய்ப்பன் காலடி வழி.

வேலுச்சாமியும் விநாயகமும்
ஆட்டைப் பத்துவார்கள்
அவர்கள் பின்னே
எறும்பாய் அணிவகுக்கும்.

தொரட்டியோடு தூக்குவாளியும்
பாரகான் ரப்பர் மிதியடியும்
நடக்க நடக்க
சாலைகள் சுமக்கும்.

செவக்காடு கரிசக்காடு
இரைகளுக்காகத் தேடியே
அலைவார்கள்
வெயிலும் இவர்களோடே
அலையும்.

மாலை சாயும் நிழலில்
வீட்டுச் சாலைக்குப் புறப்படுவார்கள்
தன் மந்தைக் கூட்டத்திற்கு
நாக்கை ஒரு பக்கமாய் மடக்கி
வேலுச்சாமி கொடுக்கும் குரலின்
முகவரியில்
மந்தைகள் பயணமாகும்.

பேச்சியம்மாளின் சோளக்காட்டுப் பொம்மை
வீரசோழன் க.சோ.திருமாவளவன்

ஆறு மாதமொருமுறை
அறுப்புக்காக
அனுப்பப்படும் கூட்டத்தில்தான்
வேனிலன் கொஞ்சும் குட்டியும்.

விநாயகத்தின் கண்ணாலத்துக்கு
ஆடுகள் விற்கப்பட்டன
புத்தன் தவத்திலே இருந்தான்.

வேனிலன் இட்ட
முத்தச்சுவடுகளை
கசாப்புக்காரன் வெட்டருவா
அறிந்திருக்கவேயில்லை.

●

பேச்சியம்மாளின் சோளக்காட்டுப் பொம்மை
வீரசோழன் க.சோ.திருமாவளவன்

மலர்களால் அன்பு செய்பவன்

என் பாக்கெட் சாளரங்களுக்கு
பஞ்சமில்லை
துரோகங்களுக்குப் பதில் மலர்கள் நிரம்பியிருக்கும்

காற்றின் நீச்சல்களில்
என் மணம் உங்களை அடையலாம்
வருவேன் மலர்களாக
முட்களுக்குப் பதில் மலரைக் கிரீடமாய்த் தருவேன்!

அன்பின் வாசம்
அலைகளிலிருப்பதில்லை
என் மலர்களில் பூத்திருக்கலாம்.

மலர்களால் அன்பு செய்பவன்
உண்மையான அன்பின் கூடுகளில் துரோகங்கள்
முளைப்பதில்லை.

●

மழையும் பிள்ளையும்

அப்போதெல்லாம்
மழையென்றால்
கைநீட்டி தன் உள்ளங்கையில்
விழும் உயிர்த்துளியை
அண்டாப்பானையில் சேகரித்து
தென்னம்பிள்ளைக்கு ஊற்றிவைத்தோம் எஞ்சோட்டுப்
பிள்ளைகளோடு.

இப்போதும் மழையென்றால்
கை நீட்டவே பயமாய்
கால்மாதச் சம்பள கைபேசியிருக்கும்போது
மழையே ரசித்து
படமெடுக்கும் ஆர்வமாய் பாதி நினைவகத்தட்டு நிரம்பியே
போகிறது
மழைநீர் சேர்வதைப்போல.

இப்போதும் அசோகா கை நீட்டி மழைநீரைக் குடத்தில் சேகரித்து
அவள் ஆச்சியின் உதவியோடு தென்னம்பிள்ளைக்கு ஊற்றிட்டு
சொல்கிறாளாம்
அப்பா நட்டு வைத்த மரமென்று.

காலம்
மழையையும்
பிள்ளையையும்
சேகரிக்கிறது.

●

பேச்சியம்மாளின் சோளக்காட்டுப் பொம்மை
வீரசோழன் க.சோ.திருமாவளவன்

மேய்ப்பனின்
மடியில் தவழும்
மறிக்கு
கருணை நீட்டப்படலாம்
அறுப்பு நிச்சயம்.

இயேசுவின் கைகளில்
தவழும் மறி
இன்னமும் கருணையால்
காலம் நீட்டிக்கப்பட்டிருக்கலாம்
சாகாவரம் மறிகளும் பெற்றிருக்கின்றன.

மேய்ப்பனின் பாதையை
ஒரு போதும் மாற்றியதில்லை
மறி.
மறியை கசாப்புக்கு
அனுப்பும் முகவரியை
எப்போதும் மாற்றியதில்லை
மேய்ப்பன்.

கருணைக்கும்
காலத்திற்கும்
கடுகளவே
மனம் பெற்றிருந்தாலும்
கசாப்புக்காரனின்
முகவரி கருணையில்
நிலைபெற்றிருப்பதில்லை.

●

பேச்சியம்மாளின் சோளக்காட்டுப் பொம்மை
வீரசோழன் க.சோ.திருமாவளவன்

ஒற்றைக்கல் சிற்பம்

மாய வித்தை காட்டும் மரங்கள்
பாடம் நடத்திக் கொண்டிருக்கின்றன.
ஆகாயத்தை நோக்கவும்
பூமியைப் பார்க்கவும்

மனித இதயம் துடிக்கவும்
ஓசையின் தனிமை பூக்கவும்
விடியலை நெய்து கொண்டே
இருக்கின்றன
விருட்சங்கள்.

மரத்தின் ஈரங்களில் தாய்மை
சுரக்கிறது.
மண்ணிலும் கல்லிலும்
ஒற்றைக் கல் சிற்பமாய்
கால் வழி பால் சிந்தும்
அமுதம்.

மனிதப் பூக்களை
இதய நாரால் இணைக்கின்றன
மரத்தின் ஓசைகள்.

பாடங்களைப் புத்தகங்களில்
படிப்பதிலும்
அறிவின் புன்னகையை
அன்ரூல்டில் எழுதுவதிலும்
அதிகமாய்ப் பக்கங்களை
நீட்டுகிறது
மரம்!

●

லெமனுக்கு அம்மாவின் வாசனை

எலுமிச்சை பறித்த கைகளில்
கீறலும் மணக்கும்
செடிகளில் பூத்துக் காய்க்கும்
லெமனுக்கு அம்மாவின் வாசனை.

பச்சையிலிருந்து மஞ்சளுக்கு
மாற மாற நாவின் சுவைக்கும்
தயிரோடு பிணைந்து தரும்
அம்மாவின் சோற்றுக்கும்
நாவெல்லாம் லெமன் நிற்கும்.

சந்தையில் மூட்டையோடு
ஏலத்துக்குப் போகையில்
இதயத்தில் பால் வார்க்கும்
எலுமிச்சை
ஏட்டினில் எழுதாக் கணக்கையும்
கொடுக்கும்.

கடை வீதியில் சர்பத்திற்காக
லெமன் நறுக்கப்படும் வாசனையில்
எலுமிச்சை வனத்தை
காற்று எழுதிச் செல்லும்.

விலை போகா எலுமிச்சை
அம்மாவின் ஹார்லிக்ஸ்
பாட்டிலில் ஊறுகாயாக
இடம்பெறும்.

தெரியவில்லை தான்
அம்மாவின் தலைக்கு
எலுமிச்சை மரம்
எத்தனை முள் மகுடம்
சூட்டியதென்ற கணக்கு.

●-

பேச்சியம்மாளின் சோளக்காட்டுப் பொம்மை
வீரசோழன் க.சோ.திருமாவளவன்

உயிர் பேசும் மரச்சிற்பங்கள்

மரச்சிற்பங்களில் உயிர் பேசும்
செதுக்கும் சிற்பியிடமும் பேசும்
அழுந்தித் தட்டினாலும் அழாது
அலட்டாது நிறையோடு பேசும்
செதுக்கிப் பிரசவித்த வயிறை நிரப்பும்!

கலைகள் காட்சியாய்ப் பேசும்
காட்சியானவை கலையைப் பேசும்
சிற்பியை நினைவில் வைப்பது இல்லை
காலம் சிற்பியின் பிரசவத்தைப் பேசும்!

எல்லாவற்றையும் உளி தட்டும்
கூரான பதங்கள் பாய்ச்சும்
மரம் தயாராக தலை கொடுக்கின்றது
உதிரா பாகங்கள் உற்பத்தியாகின்றன
உதிர்ந்தவை காற்றிலாடுகின்றன தூசியென.

மரங்கள் சிற்பங்களாக மாறுகின்றன
மனித மனம் பிரசவிக்கும் வியர்வையில்
வீடுகளில் அழகு அழகாய்
கண்களை வசியம் செய்கிறது

குழந்தைகளாடும் தூளியில்
மரப்பாச்சிகள் தாயாய்த் தாலாட்டுகின்றன
சிறுநீரில் குளித்து
அம்மணமாய் விளையாடும் பிள்ளைக்கு
தன்னுடலை மெழுகாக்கிறது.

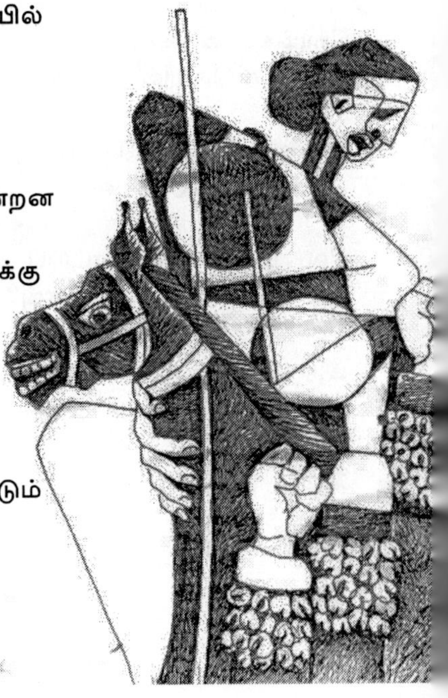

பவனி வரும் அம்மன் தேரில்
மாலையிட்டு வரம் தர
மக்கள் வெள்ளத்தில்
திருவிழாக்கள் மேளத்தில் வான் எட்டும்
எங்கேயோ கும்பிட்டே இருப்பார்
பிரவித்த சிற்பி.

●

பேச்சியம்மாளின் சோளக்காட்டுப் பொம்மை

பசி தூங்குவதில்லை

வீதிகளின் விளக்கு
வெளிச்சமாக்குகிறது

ராத் தூக்கம் தொலைத்த மொபட்டுகள்
தலைவனுக்காக வாசலிலே விழித்திருக்கின்றன

தெருக்களின் அமைதியை
நாய்கள் நங்கூரமிடுகின்றன
திருடர்கள் ஜாக்கிரதை ஒளிர்கிறது.

சில வீடுகள் இருமிக் கொண்டேயிருக்கின்றன
நோய்களின் கூடாரம்
ஏழை வீடுகளில் நிரந்தரமாகத் தங்கிவிடுகிறது.

இன்னும் சில வீடுகளில் குழந்தைகள் விழித்திருக்கலாம்
பசி தூங்குவதில்லை.

சில குடில்கள் தாலாட்டுப் பாடலாம்
குழந்தைகளுக்கேது இரவு?

அமைதியும் தெருக்களும் ஆழ்கடல்போல!
அள்ள அள்ளக் குறையா அட்சயப்பாத்திரமாய்.

இருள் முதலாளியை
தெருக்களின் தொழிலாளி
தூரவே நின்று வேடிக்கை பார்க்கிறது.

●

பேச்சியம்மாளின் சோளக்காட்டுப் பொம்மை

இலையொன்று உதிர்கிறது

இலையொன்று விழுந்தது
காற்றின் தாக்கம்
மழையின் பேரியக்கம்
என எதுவாகவும் இருக்கலாம்
ஆனால் இலையின் மேல் துளிகள்

மரணமொன்று நிகழலாம்
பிறப்பின் சாசனச் செய்தியே
இறப்புக்கான தேதி எழுதுவதுதான்
அப்போது மழை பெய்யலாம்
இல்லையேல் வெயிலாவது அடிக்கலாம்

இலை விழுந்ததால் மரம் வீழ்வதில்லை
தாகங்கொண்ட பறவையைப்போல
தேடலை விரித்துக் கொண்டேயிருக்கும்
நேர்ப்புவியிலும் எதிர்ப்புவியிலும்

மரண நிகழ்வில் அழுகை
கொஞ்சம் கொஞ்சமாய்க் கரைந்து
விரைவில்
ஆண்டொன்றில் நினைவுகளாகிவிடும்
மாண்டார்கள் மீள்வதில்லையென
மாற்று வழியில் பயணிக்கிறது வாழ்க்கை

வெயிலும் மழையும்
எப்போதும் வரும்
மானுடர்கள் இளைப்பாறுவார்கள்
இலை விழுந்த மரத்தினடியிலும்!

●

பேச்சியம்மாளின் சோளக்காட்டுப் பொம்மை
வீரசோழன் க.சோ.திருமாவளவன்

வேடிக்கை பார்க்கும் நட்சத்திரங்கள்

தூரத்திலே இருக்கும்
நட்சத்திரங்கள்
எண்ணியே விடுகின்றன
பூமியின் இதயங்களை.

தூரங்களில் ஒளிர்கிறது
நட்சத்திர வெளிச்சம்
மினுக்கி மினுக்கி
நிலவின் முன்
அடக்கத்தைக் காட்டுகின்றன.

மொட்டை மாடிகளின் இரவுகள்
நட்சத்திரங்களின் உறவை
புதுப்பித்துக் கொண்டேயிருக்கும்.

காலையின் இமைகள்
நட்சத்திரங்களைக் காட்டிக் கொடுப்பதில்லை
சூரியன் தூரமாய்
அக்னி சிந்திச் சிரிக்கும்.

எல்லா நாளும்
இருளில் மலர்கின்றன நட்சத்திரங்கள்.
அமாவாசைகளில்
இருளையே பிரசவிக்கிறது.

பேச்சியம்மாளின் சோளக்காட்டுப் பொம்மை
வீரசோழன் க.சோ.திருமாவளவன்

இரவுகள்
தீரா வலியை
சுமந்தே திரிகின்றன
நட்சத்திரங்களைப் போல.

இளையராசாவும் பழநிபாரதியும்
இளையராசாவும் மேத்தாவும்
இதயங்களில் தாளமிடுகிறார்கள்.

எதையோ சொல்ல முனையும்
நட்சத்திரங்கள்
இரவின் அனுபவங்களை
வேடிக்கை பார்க்கின்றன.

●

பேச்சியம்மாளின் சோளக்காட்டுப் பொம்மை
வீரசோழன் க.சோ.திருமாவளவன்

அம்மாவும் முருங்கையும்

முருங்கையின்
ஒவ்வொரு இலையாக
கொய்வாள் அம்மா.

மீதமிருக்கும் தண்டையும்
குப்பையில் சேர்க்க மாட்டாள்
குழம்பில் சேர்த்து விடுவாள்.

வேறு காயே இல்லையாம்மா?
என்ற கேள்விக்குப் பதிலாய்
புன்னகையே தருவாள்.

முகப்பரு சம்பாதித்த கிண்டலால்
சோர்ந்து போயிருந்த
அக்காவுக்கு
முருங்கையிலையில் எலுமிச்சை சேர்த்து
இரவில் தடவியது
அவளுக்கே தெரியாது.

பிரசவத்திற்காக
முருங்கையிலையும், காயும்
கூட்டாய் வைத்துப் புண் ஆற்றியது
மதினிக்குத் தெரியாது.

தீரா முதுகுவலி வாட்ட
இரவில் தேனோடு
முருங்கைச் சாறு சாப்பிட்டு
நிம்மதியாக வேலை செல்லும்
அப்பாவுக்கும் தெரியாது.

பேச்சியம்மாளின் சோளக்காட்டுப் பொம்மை
வீரசோழன் க.சோ.திருமாவளவன்

மூத்த அண்ணன் மக
காச நோய் வாட்ட
ரெண்டு வாரம் தூங்காம
முருங்கைச் சாறும் பாலும் தந்து
சாமியாய் நோவு தீர்த்தது
அண்ணன் அறியாதது.

இருக்கன்குடிக்கு நேந்துருக்கோம்
மொட்டை போடப்போறோம்னு
மாமன் மாமி மைத்தினியோடு
தோட்டத்தில் வந்து
அம்மாவை அழைக்காத அண்ணன்காரன்
சொல்லிட்டுப் போறான்.

அம்மாவோ
புதிதாய் வாங்கிய தோட்டத்தில்
எலுமிச்சையோடு
முருங்கை நடுகிறாள்
சாமியாக!

●

பேச்சியம்மாளின் சோளக்காட்டுப் பொம்மை
வீரசோழன் க.சோ.திருமாவளவன்

புத்தன் தலையில் எச்சம்

நாடெல்லாம் பீதியில்
உறைய
யாருமே புத்தனை நினைக்கவே
இல்லை.

புத்தனுக்குத் தாமதமாகவே
புரிந்தது
உலகமே வீட்டிற்குள் அடங்க
முதல் முறையாய்
புத்தன் வீதியில் நடக்க
ஆரம்பித்தான்.

சாலையில் நடக்க ஆரம்பித்ததும்
கண்கள் கசிந்தான்
கூட்டம் கூட்டமாய் மக்கள்
அப்பன் தலையில் மகன்
அம்மை தலையில் மகள்
அவர்கள் துயர் அறுபட
சித்தார்த்தனானான்.

தன் வாழ்வில் சந்தித்த
பறவையைப் போல
வைத்தியம் செய்திடலாமென
நினைத்தவனுக்கு
வைரஸ் ஆச்சரியமாக இருந்தது.

பேச்சியம்மாளின் சோளக்காட்டுப் பொம்மை
வீரசோழன் க.சோ.திருமாவளவன்

காலம் ஆயிரம் வருடங்கள்
கடந்திருந்தது
வட்டங்களின் நீர்க்குமிழியாய்
ஆசைகளின் துயர்
சமாதி கட்டியிருந்தது.

யோசிக்கவே திராணியற்று
இருந்தான்.
புத்தனாகவே உட்கார
நிலையெடுத்தான்.

துன்பத்திற்கு ஆசை மட்டுமல்ல
காரணமென அறைகூவலாய்
ஒரு வாசகம் இதயத்துள்
எழுதினான்.

நல்லவேளை உலகு
ஊரடங்கியிருந்தது.
புத்தன் வந்ததைப் பார்ப்பதற்கு
எவர் கண்களும்
தெருவில் இல்லை
அவன் அதே இடத்தில்
மீண்டுமாய் அமர்ந்தான்.

ஒரு காகம்
அவன் தலையில்
எச்சமிட்டுச் சென்றது.

●

பேச்சியம்மாளின் சோளக்காட்டுப் பொம்மை
வீரசோழன் க.சோ.திருமாவளவன்

குரலற்ற குடில்

அந்தக் கதவு
மூடியே இருக்கும்.
யாரும் வருவதே இல்லை.

பக்கத்துக் குடிலில்
குழந்தைகள் சப்தம்
நிறைந்தே இருக்கும்.

பெரியவர் புதிதாக
வெளியே அழைப்பு மணி
மாட்டினார்.

குரலே இல்லாக் குடிலில்
குழந்தைகள் எட்டாத
மணிக்கு ஏங்குவர்.

கொடுக்காப்புளி பறிக்க
ஏங்கும் கிராமத்து
சிறுவனைப்போல்
பூத்தேயிருக்கும் ஏக்கங்களுக்கு
அறுவடையற்ற நிலம்
ஆறுதலாயிருக்கிறது.

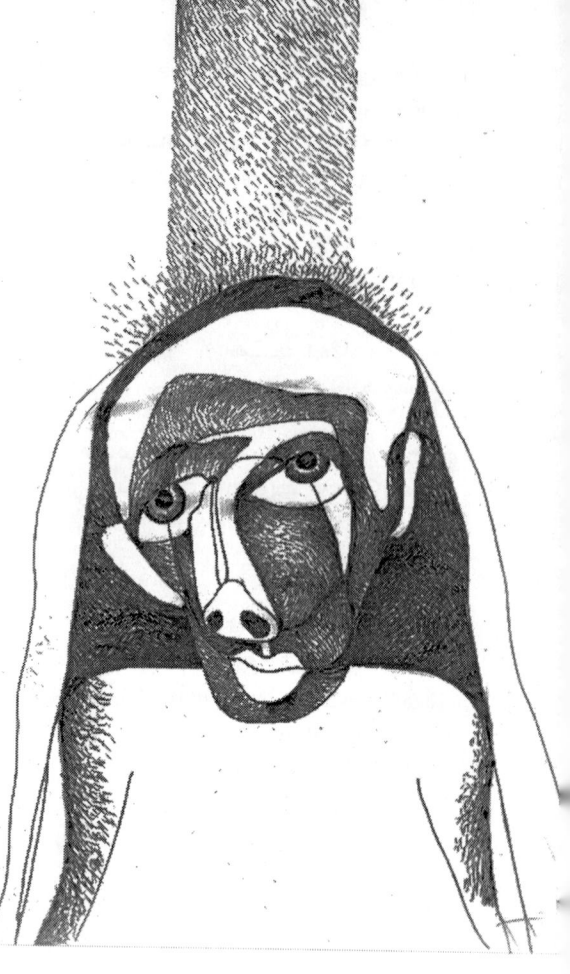

ஓவியனின் ஈரப் பார்வை

ஆடுகள் தன்னுடலை வளைத்து
காலால் நீண்டு பெரிய மரக்கிளையை
இழுத்து உணவை மேயத் தொடங்கும்.

மேய்ப்பன் தொரட்டியால்
ஆட்டின் நாவிற்கே அசைபோட
வசதியாய் இழுத்திடுவான்.

வெயில் உரக்கப் பேசும்
மேல் தோலின் மேனியெங்கும்.
சித்திரமாய் நிழல் காற்று
உடலெங்கும் நின்று பேசும்.

தூரத்தில் ஓவியனொருவன்
ஒவ்வொன்றாய் ரசித்து
பென்சிலெடுத்து வரையத்
தொடங்கினான்.

மேய்ப்பனின் நிழல்
ஆட்டின் உயரம்
மரக்கிளையின் நர்த்தனம்
என எல்லாவற்றையும்
வரைந்தே முடித்தான்.

கையில் உள்ள தொரட்டிக்காக
வரைய எத்தனிக்கையில்
அதன் நீளம் வான்வரை எட்டியது.

ஓவியன்
தொரட்டியின் நீளத்தை
உயர்த்தினான்
மேய்ப்பன் இரைப்பை
சுருக்கினான்.

●

பேச்சியம்மாளின் சோளக்காட்டுப் பொம்மை
வீரசோழன் க.சோ.திருமாவளவன்

காலத்தைத் தாங்கும் ஆணிகள்

சுவர்ச் சட்டங்களில்
அறையப்படும் ஆணிகள்
நினைவுகளைத் தாங்கும்.

பாட்டன் பூட்டன் தாத்தா
நமகுத் தெரியா காலங்களில்
வாழ்ந்த வரலாறு பேசும்.

ஆச்சி பாட்டி பூட்டியின்
தோடுகளும் காது வளர்த்த
கதைகளும் நிழற்படம் நிரப்பியே
இருக்கும்.

அம்மா ஆச்சியின் கதையை
சொல்கையிலும்
ஆச்சி பூட்டியின் கதையை
சொல்கையிலும்
சீதனமாய் வந்த உரைகல்லும்
அம்மிக்கல்லும் அதன் காலங்களை
கணக்கெடுத்துச் சொல்லும்.

ஆணிகள் எப்போது
அடிக்கப்படடதெனத் தெரியாது
நிழற்படத்தில் குறிக்கப்பட்ட
எண்களால் வருடத்தை நினைவு
செய்யலாம்.
ஆணிகள் காலத்தையே தாங்கும்
வரம் பெற்றவை.

பேச்சியம்மாளின் சோளக்காட்டுப் பொம்மை
வீரசோழன் க.சோ.திருமாவளவன்

சுவர்களில் நிழற்படங்களோடு
மான் கொம்புகளும்
நரிப்பல்லும் கூட
அழகு செய்யும்.

சுதந்திரத்திற்காக
காந்தியோடிருந்த பூட்டன்
என்னிடம் பேசுகிறார்
ஜஎன்ஏவில் கேப்டனாக இருந்த தாத்தா
இப்போதும்
கம்பீரமாகவே மீசை முறுக்குகிறார்.

ஆவணங்கள் பேசுவதை
ஆணிகள் தாங்குகின்றன.

ஆணிகள் சுவரில்
காலத்தைப் பதியம் செய்கின்றன
காலத்தை அழித்து விட்டு
ஆணியை அப்புறப்படுத்த முடியாது.

●

தன்னையே சோறாக்க

எப்போதுமே
ஆள்அரவமற்ற தெரு
விடுமுறைநாளில் கொண்டாட்டமாக

சிறுமிகளின் கூட்டமாக
அலங்கரிக்கும் தெருக்களில்
எப்போதாவது மழை வரும்!

இரவுத் தென்றலை
ரசித்து ஒளிவார்கள்
போலீஸ் வரட்டுமென.

தூறல்கள் அரும்பும் பொழுதில்
அப்பா வந்திருப்பார்
படிக்கச்சொல்ல.

இவர்கள் மழைச்சொல் கேட்டிருக்க
விட்டுவிடுவார் படிப்புச் சொல்லை
இயற்கையைப் படிக்கட்டுமென
அப்பா!

எப்போதும்
தெருவின் மீதே இருக்கும்
அங்கமாக் கிழவியின்
அரிவாள் கண்.

வீடெங்கும் மழையால் நனைந்திருக்க
மூத்தபுள்ள சேலைகட்டி
பக்கத்து வீட்டுக்காரக
நகைபோட
நாணம் சிந்த மாப்பிள்ளை பெண் பார்க்க
மழையோடு போகிறது
அவளின் விளையாட்டுப்பருவம்!

பேச்சியம்மாளின் சோளக்காட்டுப் பொம்மை
வீரசோழன் க.சோ.திருமாவளவன்

பச்சப் புள்ளய
படுபாவி தாரை வார்க்கான்
ஊரெல்லாம் கிழவி சொன்னாலும்
அப்பன் கஷ்டத்துக்காக
அப்பாவி மக
அடுத்தவன் வீட்டு
அடுக்களை ஏறுகிறாள்
தன்னையே சோறாக்க.

கிராமத்துத் திண்ணை வீட்டு
சிறுமிகள் எப்போதும்
கசாப்புக்குப் போகும் கோழிகளே.

இவளையொத்த சிறுமிகள்
வீட்டிற்கு வெளியே
நிலவை விசாரிக்க
இவள் வீட்டிற்குள்ளே மாமியாருக்கு
பணிவிடை செய்தே காது வளர்க்கிறாள்.

எப்போதாவது தலை காட்டுகிறார்
தாத்தாவாகப் போகும் நரைமுடிக் கிழவர்.

இவள் பிராயச்சித்தமெல்லாம்
ஆண் குழந்தைக்கே.
ஆனாலும் விதி யாரை விடுகிறது?

எப்போதும் போல
அது
ஆள் அரவமற்ற தெருவானது.

●

பேச்சியம்மாளின் சோளக்காட்டுப் பொம்மை

செக்கச் சிவந்த வானம்

மரத்தின் ஒவ்வொரு
இலைகளாகப் பறித்தாள்
முத்துவேணி ஆச்சியிடம்
ஆசை தீர
அரைத்துத் தரச் சொன்னாள்
அசோகா.

முந்தின நாள் பெய்த இரவு
மழையில் சீக்கிரமாகத்
தூங்கி விட்ட அசோகாவின்
கைகளில் மருதாணியிட்டிருந்தாள்
அத்தை நிலா.

கூடுதலாய்க் கைகளில் சிவக்க
அரைக்கச் சொல்கிறாளென
ஆச்சிக்குத் தெரியும்.

எல்லோரும் தூங்கிவிட்ட மழையிரவில்
அசோகா வைத்திருந்த
பொம்மையின் விரல்களும்
மருதாணியைச் சுமந்திருந்தது.

●

பேச்சியம்மாளின் சோளக்காட்டுப் பொம்மை

நீலவானின்
எல்லா நட்சத்திரங்களும்
எண்ணிக் கொண்டிருக்கின்றன
நிலாவிற்குச் சோறூட்டும்
அம்மாக்களை!

●

பேச்சியம்மாளின் சோளக்காட்டுப் பொம்மை
வீரசோழன் க.சோ.திருமாவளவன்

திரி கிள்ளும் சிறுவிரல்

நாட்காட்டியில்
கிழிக்கப்படா நாட்காட்டியின்
வறுமையைச் சுமக்கின்றன
கந்தகத் துகள் சுமந்த கைகள்.

வகுப்பறைகளை
மிதிக்காத கால்களுடன்
பாதி வயிறையாவது கழுவ
அடைமானமான குழந்தைகள்
சுவாசிக்கின்றன
பாஸ்பரஸ் மணத் துகள்களை.

பென்சில் பிடிக்க வேண்டிய விரல்கள்
மத்தாப்புப் பென்சில்களோடு
மல்லிகைக் சரவடி தொடுக்கும்.

சரவெடி பாக்கெட்டுகளுக்குள்
தீபாவளி மத்தாப்புகளில் மலர்கின்றன
சிவகாசி குழந்தைகளின் சிரிப்புகள்.

பேச்சியம்மாளின் சோளக்காட்டுப் பொம்மை
வீரசோழன் க.சோ.திருமாவளவன்

தனிமையின் துயரம்
சங்கிலியைப் போன்றது
தொடரின் நீளம்
வரையறுக்க முடியாது.

பாடலின் நீட்சியில்
உருகும் மெழுகுபோல்
நிறைந்திருக்கிறது வெளிச்சம்
இருள் விரட்டி.

ஒரு நூலுக்குள்
வெண்கட்டியின் திரட்சி
தான் அழுது அழுது
உலகையே ஒளியேந்துகிறது.

ஒவ்வொரு வீட்டின்
மூலைக் காரிருளை
உருகி உருகியே
இருளின் எதிர்ச் சொல்லாகிறது.

தனிமையின் பயணம்
நீண்டு நீண்டு
மெழுகுவர்த்தியை
பிரதியெடுக்கிறது.

●

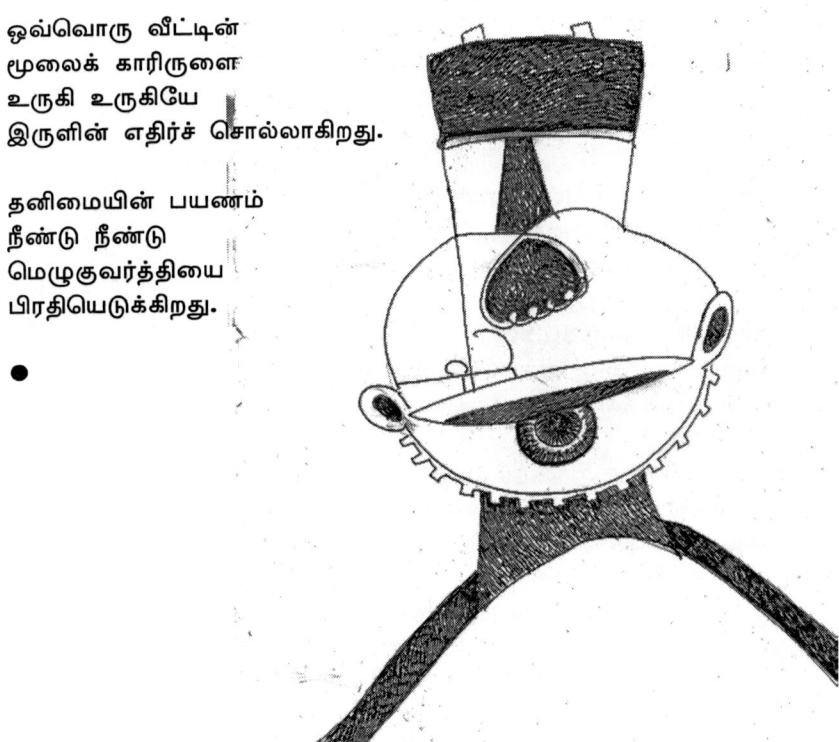

பேச்சியம்மாளின் சோளக்காட்டுப் பொம்மை
வீரசோழன் க.சோ.திருமாவளவன்

மழை செய்யும் மாயம்

உனக்காக
ஆற்றிக்கொண்டிருக்கிறேன்
ஒரு கோப்பைத் தேநீர்

மழை வழியும்
புயல் இடியும்
ஆறாத ஆவி
வழி நெடுகத் துணையாய்.

ஆறாதிருக்க
கங்குளிட்டுக் காவல் செய்கிறேன்
முயன்று கொண்டிருக்கிறது
இயல்புநிலை மாற.

கொதிப்பின் தகதகப்பில்
மழை வாசமும் குளிர் வாசமும்
நெஞ்சத் தகதகப்பை ஆற்றுகின்றன.

எல்லாத் தேநீரும் தேநீர் அல்ல
சில தேநீர் இதயத்தை நனைக்கிறது
மழை செய்யும் மாயங்களில்.

உங்கள் மனங்களையும் நனைக்கலாம்
ஒரு தேநீர்.

●

கண்ணீரில் கரையும் யமுனையின் வரலாறு

நதி எழுதிக்கொண்டேச் செல்கிறது
காதலின் சின்னத்தை.
விதியாக முடிந்து போன வாழ்வை
வரலாறாய் மாற்றியவளை
பளிங்குகளால் பதம் செய்து
உலகம் கொண்டாடுகிறது அதிசயமாய்

வான் தன்னை மறக்க
பால்நிலா சோறூட்ட
காலாறக் கடுதாசி செய்திட
நூற்றாண்டு கடந்தும் வாழும் காதலியவளை நதி தன்
முகத்துவாரத்தில் வரைந்திருக்கிறது

மரணத்தை விழாவெடுத்தது
நினைவுச் சின்னமாயிருக்கலாம்
ஆயிரமாயிரம் மரணத்தை
மும்தாஜின் காதல்
முந்தானை செய்திருக்கிறது.

ஆறுகளின் வரலாறை
குறிப்பெடுத்தவர்கள்
யமுனையை இதயத்தில்
எழுதி வைத்தார்கள்.

காதலெனும்
கம்பீர வரலாற்றை
யமுனை தினமும்
பேசிக்கொண்டிருக்கிறது
தனது கண்ணீரால்.

பேச்சியம்மாளின் சோளக்காட்டுப் பொம்மை
வீரசோழன் க.சோ.திருமாவளவன்

படைப்பு பதிப்பகம் வெளியீடுகள்

2021

1. கனவுப்பிரதிமை – விஜி வெங்கட்
2. பேச்சியம்மாளின் சோளக்காட்டு பொம்மை – கா.சோ.திருமாவளவன்
3. இசைக்கும் வயலினுக்கு குருதியின் நிறம் – வலங்கைமான் நூர்தீன்
4. நிழலின் வெளிச்சம் – கடையநல்லூர் பென்ஸி
5. WATER AND VIRTUAL WATER - G.Leela
6. சிவனாண்டி – ப.தனஞ்ஜெயன்
7. சாம்பல் மேட்டில் அமரும் வண்ணத்துப்பூச்சி – ஆரூர் தமிழ்நாடன்
8. செம்மண் – சிபி சரவணன்

2020

1. இடரினும் தளரினும் – விக்ரமாதித்யன்
2. கன்னத்துப்பூச்சி – மணி சண்முகம்
3. நிறமி – ஆண்டன் பெனி
4. யமுனா என்றொரு வனம் – ஆண்டன் பெனி
5. காலநதி – ஆரூர் தமிழ்நாடன்
6. என்மனார் புலவர் – கரிகாலன்
7. தேநீரைக் கைதொழுதல் – மணி சண்முகம்
8. பெருஞ்சொல்லின் குடல் – மா.காளிதாஸ்
9. கவிதை அனுபவம் – இந்திரன் | வ.ஐ.ச.ஜெயபாலன்
10. புத்தனின் கடைசி முத்தம் – லக்ஷ்மி
11. நீந்தத் தெரியாத அய்யனார் குதிரை – வீ கதிரவன்
12. நோம் என் நெஞ்சே – கரிகாலன்
13. உதிர் நிழல் – கி.கவியரசன்
14. தனிமை நாட்கள் – பிரபுசங்கர் க
15. சிப்ஸ் உதிர் காலம் – கவிஜி
16. மணிப்பயல் கவிதைகள் – மணி அமரன்
17. கார்முகி – கோபி சேகுவேரா
18. சைகைக் கூத்தன் – முகமது பாட்சா

பேச்சியம்மாளின் சோளக்காட்டுப் பொம்மை
வீரசோழன் க.சோ.திருமாவளவன்

2020	படைப்பு பதிப்பகம் வெளியீடுகள்
	19. பொய்மசியின் மிச்சம் - மதுசூதன்
	20. ஆ காட்டு - மு.முபாரக்
	21. முழு இரவின் கடைசித் துளி - ப.தனஞ்ஜெயன்
	22. புத்தன் மீன் வளர்க்க ஆசைப்படுகிறான் - வழிப்போக்கன்
	23. யாயும் ஞாயும் - ஜே.ஜே.அனிட்டா
	24. THE LIBERATION SONG OF A WOMENS BODY - Dr.NaliniDevi
	25. கெணத்து வெயிலு - காதலாரா
	26. காலாதீதத்தின் சுழல் - ரத்னா வெங்கட்
	27. பெண் பறவைகளின் மரம் - மதுரா (தேன்மொழி ராஜகோபால்)
	28. நட்ட கல்லும் பேசுமோ - பிரேமபிரபா
	29. நீ துளையிட்ட எனது புல்லாங்குழல் - ஜின்னா அஸ்மி
	30. நான் உன்னுடைய துறவி - தி.கலையரசி
	31. பழுத்த இலையின் அடுத்த நொடி - குமார் சேகரன்
	32. நீளிடைக் கங்குல் - ராஜி வாஞ்சி
	33. மைனாவை பேசச்சொல்லிக் கேட்பவர்கள் - ஜின்னா அஸ்மி (படைப்பு மின்னிதழ்களில் வந்த கவிதைகளின் தொகுப்பு)
	34. 64 கட்டங்களில் தனித்திருக்கும் ராணி - ஷெண்பா
	35. பச்சையம் என்பது பச்சை ரத்தம் - பிருந்தா சாரதி
	36. ஏவாளின் பற்கள் - காயத்ரி ராஜசேகர்
	37. உன் கிளையில் என் கூடு - கனகா பாலன்
	38. கீரக்காரம்மா - முத்து விஜயன்
	39. அக்கை - அழ ரஜினிகாந்தன்
	40. அம்மே - சலீம் கான் (சகா)
	41. ஹைக்கூ தூண்டிலில் ஜென் - கோ.லீலா
	42. வாவ் சிக்னல் - ராம்பிரசாத்
	43. புரவிக் காதலன் - 14 எழுத்தாளர்கள்
	44. குடையற்றவனின் மழை - கா.அமீர்ஜான்
	45. நெடுநல் இரவு - மௌனன் யாத்ரிகா

	படைப்பு பதிப்பகம் வெளியீடுகள்
2019	1. நம் காலத்துக் கவிதை - விக்ரமாதித்யன் 2. ஆரிகாமி வனம் - முகமது பாட்சா 3. எறும்பு முட்டுது யானை சாயுது - கவிஜி 4. சொல் எனும் வெண்புறா - மதுரா (தேன்மொழி ராஜகோபால்) 5. யாவுமே உன் சாயல் - காயத்ரி ராஜசேகர் 6. நீர்ப்பறவையின் எதிரலைகள் - குமரேசன் கிருஷ்ணன் 7. பொலம்படை கலிமா - ஜோசப் ஜூலியஸ் 8. நீ பிடித்த திமிர் - அகதா 9. இசைதலின் திறவு - ஜானு இந்து 10. மறை நீர் - கோ. லீலா 11. தேநீர் கடைக்காரரின் திரவ ஓவியம் - பிரபு சங்கர். க 12. எரியும் மூங்கில் இசைக்கும் நெருப்பு - நடன. சந்திரமோகன் 13. வேர்த்திரள் - சலீம் கான் (சகா) (பரிசுப்போட்டிக்கு வந்த கவிதைகளின் தொகுப்பு) 14. வான்காவின் சுவர் - ஜின்னா அஸ்மி (படைப்பு மின்னிதழ்களில் வந்த கவிதைகளின் தொகுப்பு) 15. இருளும் ஒளியும் - பிருந்தா சாரதி
2018	1. நீர் வீதி - ஜின்னா அஸ்மி (படைப்பு மின்னிதழ்களில் வந்த கவிதைகளின் தொகுப்பு) 2. பாதங்களால் நிறையும் வீடு - ஜின்னா அஸ்மி (பரிசுப்போட்டிக்கு வந்த கவிதைகளின் தொகுப்பு) 3. உயிர்த்திசை - சலீம் கான் (சகா) (பரிசுப்போட்டிக்கு வந்த கவிதைகளின் தொகுப்பு) 4. வெட்கச் சலனம் - அகராதி 5. சிண்ட்ரெல்லாவின் தூரிகை - குறிஞ்சி நாடன் 6. அசோகவனம் செல்லும் கடைசி ரயில் - அகதா 7. என் தெருவில் வெஸ்ட் மினிஸ்டர் பாலம் - கோ. ஸ்ரீதரன் 8. அஞ்சல மவன் - கட்டாரி 9. கடவுள் மறந்த கடவுச்சொல் - ஜின்னா அஸ்மி 10. கை நழுவும் கண்ணாடிக் குடுவை - கவி விஜய்
2017	1. மௌனம் திறக்கும் கதவு - ஜின்னா அஸ்மி (படைப்பு மின்னிதழ்களில் வந்த கவிதைகளின் தொகுப்பு) 2. நதிக்கரை ஞாபகங்கள் - ஜின்னா அஸ்மி (பரிசுப்போட்டிக்கு வந்த கவிதைகளின் தொகுப்பு) 3. உடையாத நீர்க்குமிழி - ஜின்னா அஸ்மி (பரிசுப்போட்டிக்கு வந்த கவிதைகளின் தொகுப்பு) 4. இந்தப் பூமிக்கு வானம் வேறு - ஆண்டன் பெனி 5. நிலவு சிதறாத வெளி - காடன் (சுஜய் ரகு) 6. இலைக்கு உதிரும் நிலம் - முருகன். சுந்தரபாண்டியன் 7. நிசப்தங்களின் நாட்குறிப்பு - குமரேசன் கிருஷ்ணன் 8. நினைவிலிருந்து எரியும் மெழுகு - ஆனந்தி ராமகிருஷ்ணன்

பேச்சியம்மாளின் சோளக்காட்டுப் பொம்மை